मधुगंध

(काव्य संग्रह)

BOOKS CLINIC

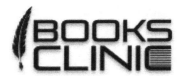

India's Fastest Growing Self Publishing House

Booksclinic Publishing

----------Contact Us At----------

Call or Whatapp @ 8965949968 or Mail @ publish@booksclinic.com
Website: - **www.booksclinic.com**
B.D. Complex, Near Tifra Over Bridge, Bilaspur, Chhattisgarh, India, 495001

This book has been published with all reasonable efforts taken to make the material error-free after the consent of the author.

All rights reserved, no part of this book may be reproduced, stored in a retrieval system, or transmitted, in any form by any means, electronic, mechanical, magnetic, optical, chemical, manual photocopying, recording or otherwise, without the prior written consent of its writer.

Publisher: Booksclinic Publishing
Edition: First
ISBN: 978-93-90871-20-9
Copyright © Mrs. Mansi Santosh Vaidya 2021
Genre: Poetry

श्री. अप्पाराव केदारी कित्तूर
सौ. जिजाबाई अप्पाराव कित्तूर

मला या सुंदर जगात आणणाऱ्या
माझ्या प्रेमळ आई बाबांना सस्नेह अर्पण.

मधुगंध

(काव्य संग्रह)

कवयित्री
सौ. मानसी संतोष वैद्य

प्रस्तावना

कवयित्री सौ. मानसी वैद्य यांचा 'मधुगंध' हा पहिलाच ‘काव्य संग्रह’ प्रकाशित होत आहे, त्याबद्दल त्यांचे मनस्वी अभिनंदन करतो.

सौ. मानसी वैद्य या मुंबईसारख्या जनसमुदायाच्या ‘महासागरात’ राहातात. त्यामुळे त्यांच्या सहवासात येणाऱ्या हरएक माणसांचे चेहरे त्या वाचू शकतात. त्यांच्याकडे ती 'दृष्टी' आहे. पावलो-पावली माणसं भेटतात. कांही तोंड ओळखीची असतात. जी ओळख सहजच पुसली जाते. परंतु कांही माणसं आपल्या मनात 'घर' करून राहातात. आणि विशेष म्हणजे तरीही मनात ‘गर्दी’ असल्यासारखं वाटत नाही.

कवयित्री सौ. मानसी वैद्य ह्या उच्च विद्याविभूषित आहेत. त्यांचा ‘पिंड’ हा सामाजिक आहे. समाजशास्त्र आणि मानसशास्त्राचा त्यांचा व्यासंग आहे. समुपदेशनाच्या क्षेत्रातही त्या कार्यरत आहेत. आपल्या सहवासात आलेल्या माणसांची मनं वाचण्याचं काम अहर्निश सुरु असतं. मनाला भावलेल्या प्रत्येक घटनेला शब्दरूप देण्यात त्यांचा हातखंडा आहे. म्हणूनच जीवनात घडून गेलेल्या घडलेल्या, घडतांना पाहात असतांना त्यांचं मन भरून येतं. भावनांचा कल्लोळ त्यांच्या मनात दाटून येतो आणि अगदी सहजच ‘त्या’ भावनांना शब्दांत गुंफण्याचा त्या प्रयत्न करतात. मनाने ‘हळव्या’ असलेल्या मानसी वैद्य आई-बाबांविषयी भावना व्यक्त करतांना ‘भावुक’ होतात. संस्कारांचं बाळकडू जेथून मिळालं, तेच बाळकडू त्या आजही विसरलेल्या नाहीत. उलट आपल्या मुलांनांही त्या त्याच बाळकडूचे डोस पाजून त्यांना सबल, संपन्न करण्याचा त्यांचा ध्यास असतो. मानसी वैद्य यांच्या कवितांमध्ये विविधता आहे. जे स्मरेल, स्फुरेल ते त्या उत्कट भावना शब्दबद्ध करतांत. त्यामध्ये कोणताही अभिनिवेश नसतो. व्यक्त होणं हा त्यांचा स्वभाव आहे. आणि समाजाभिमुख, सकारात्मक दृष्टिकोन असल्यामुळे त्यांच्या कवितेत आशावाद भरभरून वाहतो. मनाला खटकणाऱ्या बाबींवर त्या शब्दांच्या धारेने प्रहार करतांना दिसतात, तर

आपल्या मित्र-मैत्रिणी, आप्तेष्टांच्या भावनांचा आदर करून आपल्या शब्दफुलांनी 'भवताल' सुंगधित करण्याचा प्रयत्नही करतांना दिसतात.

सौ. मानसी वैद्य ह्या मनाने मोकळ्या आहेत. त्यांच्या प्रत्येक कवितेतून ते आपल्याला जाणवते. शब्दांची उचित मांडणी आणि कुठेही शब्दांचे अवडंबर न माजवता आपल्या मनःपटलावर उमटलेला शब्दन-शब्द कवितेतून प्रामाणिकपणे मांडण्याची त्यांची लेखनशैलीही सुंदर आहे. "Poetry is the spontaneous overflow of cheerful mind" काव्य हा भावनांचा उत्स्फूर्त अविष्कार असतो. तेथे काळ-वेळेचे बंधन नसते. केवळ मनात तरंगणाऱ्या विचारांना त्या निरागसपणे कवितेतून व्यक्त करण्याचा त्यांचा प्रत्येक प्रयत्न मनाला भावतो.

मानसी वैद्य यांचा 'मधुगंध' हा पहिलाच काव्यसंग्रह असला तरी त्यांत नाविन्याचा लवलेश कुठेही जाणवत नाही. सहज-सुलभ भाषेत त्या व्यक्त होतात आणि आपल्या भावनांना मोकळी वाट करून देतात. त्यामुळे ओघवतेपणा आणि प्रवाहीपणा त्यांच्या काव्यात दिसतो.

कवी मनाची माणसं हळवी असतात असं म्हंटलं जातं, ते कांही अंशी खरंही असतं . परंतु मानसी वैद्य यांच्या अनेक कवितेतून त्यांच्या मनाचा कणखरपणाही दिसतो. केवळ शब्दांची जुळणी करून, यमक साधण्याचा त्यांचा हेतू नसतो. तर शब्दांच्या मांडणीतून समाजप्रबोधनात्मक लिहिण्याचा त्यांचा 'मानस' दिसतो. 'कविता' कधीच करता येत नाही, कविता घडत जाते. आधी कवीच्या मनात एखादा विचार स्फुल्लिंग चेतवितो आणि कविता आपोआप घडते. तेथे शब्दांचा बोजडपणा नसतो तर भावनांचा हळुवारपणा असतो. मानसी वैद्य यांच्या कवितेतून ते पदोपदी जाणवते. मनाला दुःख देणाऱ्या घटना त्या जशा शब्दातून व्यक्त करतात, तसे प्रेम, विरह, माया, जिव्हाळा, व्याकुळता त्यांच्या कवितांमधून व्यक्त होतांना दिसतात. त्यांच्या शब्दांत 'बोजडपणा' नाही तर 'दमदारपणा' जाणवतो. आयुष्यात आपल्या आणि इतरांच्याही कांही चांगलं, आगळं-वेगळं घडावं असं त्यांना सदोदित वाटतं आणि म्हणूनच बालपण, तरुणपण, सांसारिक जीवन, प्रापंचिक

जिवनात आलेल्या घटनांशी त्यांची बांधिलकी असली तरी जीवनात 'धडे' शिकवणारे क्षणही त्या विसरत नाहीत.

कवयित्री मानसी वैद्य या 'उमेदीच्या' कवयित्री आहेत. त्यांच्या शब्दांची उंचीही खूप मोठी आहे. भविष्यकाळात त्यांच्याकडून सशक्त साहित्य निर्मिती व्हावी अशी अपेक्षा व्यक्त करतो.

सौ. मानसी वैद्य यांचे 'मधुगंध' या काव्यसंग्रहा निमित्ताने मनःपूर्वक अभिनंदन आणि नवसाहित्य निर्मितीसाठी मनस्वी शुभेच्छा!!!

डॉ. सदानंद सीताराम पाटील
पिंपळघर, भिवंडी, ठाणे
मो. ९७६५०७०८९८

मनोगत

आज जागतिक महिला दिन.आजच्या दिवशी माझ्या पहिल्या वहिल्या काव्यसंग्रहाचे(मधुगंध) मनोगत लिहिताना एक प्रकारचे आत्मिक समाधान मिळत आहे.खूप वर्षांपासून उराशी बाळगलेल्या अनेक स्वप्नां पैकी एक सत्य रूप घेत आहे याचा विशेष आनंद होत आहे.

माझ्या एका फोन कॉल वर अतिशय सुंदर अशी प्रस्तावना लिहिणाऱ्या डॉ.सदानंद पाटील (ज्यांचे ४० च्या वर काव्यसंग्रह प्रकाशित झाले आहेत) सरांचे खूप खूप आभार.खरे तर माझ्या कवितांना त्यांनी अगदी मनापासून दिलेली ही दाद आहे.

मध्यमवर्गीय सुखवस्तू कुटुंबातील माझा जन्म.आई बाबांना आम्ही चार अपत्ये,आणि प्रत्येकाने किमान पदवीधर व्हावे ही त्यांची किमान अपेक्षा.ती आम्ही चौघांनी पूर्ण केली. मला लहानणापासूनच शब्दांत रमायला आवडायचे...पण ते ना आई बाबांच्या लक्षात आले ना माझ्या.वहीच्या शेवटच्या पानावर मनातले शब्द उमटायचे आणि वर्ष संपले की वही रद्दीत जमा व्हायची.शब्द असेच विरून जायचे.

एक किस्सा मला आठवतो.शिक्षण संपवून मी नोकरी करत होते.एक कविता लिहून आहेर या दिवाळी अंकासाठी पाठवली होती आणि विसरून पण गेले होते.बाबांच्या कंपनीतील एका मित्राने ती कविता वाचली आणि बाबांना विचारले तुमची मुलगी कविता करते का...ती माझी प्रकाशित झालेली पहिली कविता.."अशाच एका सोनसकाळी."तो अंक बाबांनी खूप वर्षे जपून ठेवला होता. मग अधून मधून दिवाळी अंकातून कविता प्रकाशित होत होत्या इतकेच.

मग लग्न झाले संसार सुरू झाला आणि लिखाणापासून मी लांब गेले.खूप गोष्टी केल्या पण आवडी ला सवड काढली ती या लॉकडाऊन च्या

काळात.मुले आता मोठी आहेत.मिस्टर कामासाठी बाहेर ...त्यामुळे आता नाही तर कधी नाही असे म्हणत पुन्हा श्री गणेशा केला.

या पुस्तकातल्या बऱ्याच कविता मी लॉकडाऊन च्या काळात लिहिल्या असल्या तरी गेल्या ३०/३५ वर्षातले अनुभव च त्यातून वाचकांना वाचायला मिळतील. समुपदेशन या क्षेत्रात असल्यामुळे माणसे वाचायला मिळाली आणि त्यांचे अनुभव सुद्धा शब्दात उमटले.

मला तर वाटते कविता म्हणजे आपलेच दुसरे रूप.जे जे मनात साचते ते ते काव्यरूपाने बाहेर येते. मधुगंध मध्ये कवितेचे काही निवडक प्रकार आहेत जसे मुक्तछंद, अष्टाक्षरी, बालगीत, अभंग इत्यादी....सुरेश भट म्हणतात त्याप्रमाणे "कवीला समीक्षक नव्हे,तर सामान्य जनताच अमर बनवते"

माझे हे स्वप्न सत्यात उतरण्यासाठी ज्यांनी ज्यांनी प्रत्यक्ष,अप्रत्यक्ष पणे मदत केली त्या सर्वांचे मी मनःपूर्वक आभार मानते. कु.सचिन संगिता किसन कोरडे सर, प्रियांका घोडके यांचे विशेष आभार ज्यांच्यामुळे खरे तर माझ्या कवितांना पुस्तक रुपी वलय मिळाले. माझे आई, बाबा, बहिणी भाऊ, सासरकडची मंडळी, मित्र मैत्रिणी आणि सगळयात महत्वाचे माझा प्रेमळ नवरा आणि माझी मुले ज्यांचा वेळोवेळी मला पाठिंबा मिळाला आणि मधुगंध आज तुमच्या हाती आला.

कवयित्री : सौ. मानसी संतोष वैद्य

अनुक्रमणिका

क्र.	कवितांचे नाव	पान न.
1.	डोळ्यात तिच्या	1
2.	तृष्णा	2
3.	ती "आई "	3
4.	ती आई असते	5
5.	आई	6
6.	निरोप	7
7.	बाबांची लाडकी परी	8
8.	माझे ह्दय तुला दिलंय	10
9.	बाबा	11
10.	तूला पाहताक्षणी	12
11.	चांदण्यांची रात्र	13
12.	तुझे नि माझे	14
13.	पाठवणी	15
14.	कधी रे येशील तू	16
15.	विरंगुळा	17
16.	मैत्री तुझी माझी	18
17.	पुन्हा काळजी घ्या	19
18.	लव यू जिंदगी	21
19.	कविता	22
20.	मैत्रीण	24
21.	एक मित्र हवा	26
22.	मैत्री	26
23.	फुलले रे क्षण	28
24.	माझी कविता	29
25.	एका छोट्या मुलीचे गमतीशीर स्वप्न	29

26.	कळी खुलेना (बालगीत)	30
27.	आम्ही दोघी	31
28.	गझल	32
29.	कवितेची कविता	33
30.	आनंदाने जगा	34
31.	पाऊस आणि मी	34
32.	शब्द तुझे	36
33.	शब्दांची किमया	37
34.	शब्द	37
35.	स्वप्न उरातले	38
36.	शब्द	38
37.	शब्दांचे खाते	39
38.	मानिनी	40
39.	काय करू समजेना	41
40.	जगा मनसोक्त	41
41.	एकटी	42
42.	प्रेरणा	43
43.	जिद्	44
44.	खंबीर मी	45
45.	माझी दैनंदिनी	45
46.	काळ्या मातीत मातीत	46
47.	अशाच एका सोनसकाळी	47
48.	मळभ	48
49.	सावली	49
50.	फिटे अंधाराचे जाळे	50
51.	मनस्वी	51
52.	आयुष्यावर बोलू काही	52
53.	आता जमतंय मला	53
54.	आनंदाचे झाड	54

55.	इगो	55
56.	"ती" चा संघर्ष	56
57.	तुम्ही जरा विचार करा	57
58.	एक उमललेली कळी	58
59.	निर्णय	59
60.	एक निवांत क्षण	61
61.	आला श्रावण	62
62.	सावली	63
63.	क्षणभंगुर आयुष्य	64
64.	कृष्णमय कुब्जा	65
65.	लायब्ररी	66
66.	पांडुरंगा	67
67.	मनाची सुंदरता	68
68.	हसरी सकाळ	69
69.	नाते तुझे नि माझे	70
70.	माझिया मनी	71
71.	तुझ्यावर जीव जडला	72
72.	प्रेमात सर्व काही माफ	72
73.	होकार	73
74.	मितवा	74
75.	अशा नात्याला काय नाव द्यावे	75
76.	क्षणभंगुर असे क्षण	76
77.	ऑनलाईन प्रेम	77
78.	कॉफी आणि बरेच काही	78
79.	आठवणीतील शेवटची भेट	79
80.	प्रेम माणसांवर करावं	80
81.	अस्तित्व	81
82.	ओल्या सांजवेळी	82
83.	आज मी उंबरठा ओलांडला	84

84.	प्रणयगंध	85
85.	दोघांचा उंबरठा	86
86.	गोंडस हास्य	87
87.	संसार गाडा	87
88.	साता जन्माची गाठ	88
89.	संसार वेल	89
90.	रफू	91
91.	नवरा बायकोचे नाते	91
92.	ओल्या सांजवेळी	92
93.	केशरी सांजवेळ (अष्टाक्षरी)	93
94.	तू सांगशील? (पंचाक्षरी कविता.)	94
95.	स्वप्नांचा गाव (अष्टाक्षरी.)	95
96.	तुझ्यात माझ्यात	96
97.	अंश	97
98.	बायको माहेरी जाते तेव्हा	98
99.	त्या रात्री पाऊस होता	100
100.	आला पाऊस	101
101.	पाऊस आठवांचा	102
102.	सागरी किनारा	103

सौ. मानसी संतोष वैद्य

डोळ्यात तिच्या

एक दिवस माहेरी गेले न राहवून
...बजावले होते डोळ्यांना दगा देऊ नका म्हणून..
पण आयत्या वेळी डोळ्यांनी बंड पुकारले.
जे दाखवायचे न्हवते पण डोळ्यांनी मात्र दाखवून दिले.

माऊलीची आणि माझी फक्त एका क्षणाची नजर भेट.
एकही शब्द न बोलता झालेली आम्हा दोघींची गळा भेट.
हळूच तिच्या मानेवर घरंगळत गेला एक थेंब आसवाचा.
मलाही जाणवला सांडणारा एक गरम थेंब तिच्या अश्रुचा

खरे तर न सांगताही बरेच काही सांगणाऱ्या डोळ्यांचा मला रागच आला.
पण आईच्या डोळ्यातले भाव टिपले आणि मनाला एक शाश्वत आधार मिळाला.
तिच्या डोळ्यातले भाव अंतरंगात साठवून परत फिरले...
आता मात्र माझ्या डोळ्यांना मी मुक्त सोडले.....

मधुगंध (काव्य संग्रह)

तृष्णा...

अंगणात पडला प्राजक्ताचा सडा
माहेरच्या आठवणीने जीव झाला वेडा....
आई बाबा तुमची आठवण येते हो क्षणोक्षणी..
काहुर उठतो मनी,डोळ्यात येते पाणी...
रोज बोलणे होते आई बाबांशी फोनवर..
पण प्रेमाने न्हाऊन निघण्यासाठी जीव होतो खालीवर...
प्रेमळ नवरा,सोन्यासारखी मुले,सासर ही आहे वात्सल्याने फुललेले..
पण माहेरच्या ओढीला मन आसुसलेले...
होईल लवकरच भेट आहे हीच आस..
तृष्णा मनीची पूर्ण होईल आहे हा विश्वास..

सौ.मानसी संतोष वैद्य

आईबद्दल कितीही लिहिले तरी कमीच आहे.
पण हा छोटासा प्रयत्न..

ती "आई"

सगळ्यांच्या आधी उठते.
सडा,रांगोळी करते.
करुनी खाण्याची तयारी,
मग सगळ्यांना उठवते.
पूजा ,अर्चा करते.
घरातील झाड,लोट करते.
सगळ्यांना गरम गरम वाढते.
स्वतः मात्र उरले,सुरले खाते.
नसेल तर पुन्हा नाही करत.
तेवढ्यावरच निभावते.
घरातील कोणाचे,
दुखले , खुपले तर,
जातीने लक्ष देते.
स्वतःच्या दुखण्यावर मात्र,
नेहमीच दुर्लक्ष करते.
नवरा,मुले,नातवंडे,
यांच्याच मागण्या पुरवते.
स्वतःला काही हवे आहे,
हे पुरते विसरून जाते.
सगळ्यांचे सगळे करते.
पण तिला काय मिळते?
एक कौतुकाचा शब्द,
एक जादूची झप्पी,

मधुगंध (काव्य संग्रह)

इतकेच तर हवे असते.
कधी काही खास केले,
का तिच्यासाठी?
तिच्या आवडीचा पदार्थ,
तिच्यासाठी एखादी सहल,
तिला आवडणारे गाणे,
कधी दिले का पाय चेपून.
सगळ्यांनी पाहा आठवून.
ती गेल्यावर तिच्या आठवणीत ,
काही करण्यापेक्षा ती असताना,
तिची काळजी घ्या,
काही दुखतयं का ग आई?
इतकेच विचारा बघा ती माऊली
कधीच हो म्हणणार नाही.
दिवसातून एकदा तरी ,
तिच्याशी बोला.
लांब असेल तर फोन करा.
पण तुम्ही तिची काळजी करता
हे जाणवू दे तिला.
स्वतःची हौस , मौज
बाजूला ठेऊन ती घरासाठी करते.
नवरा,मुले,नातेवाईक
यांच्यातच आपले जग बघते.
आता तिला तुमचे जग बनवा
आणि तुम्ही तिची आई व्हा.
आणि तुम्ही तिची आई व्हा.

सौ.मानसी संतोष वैद्य

ती आई असते

प्रेमाचा पान्हा फुटतो
मायेचा अखंड झरा असतो.
ती आई असते.

शेवटच्या श्वासापर्यंत
दुधावरची साय असते.
ती आई असते.

मुलांसाठी मन मारून
जगत असते
ती आई असते.

त्यांच्यासाठी पहिला गुरु
पहिली, शिक्षिका असते.
ती आई असते.

आई असते म्हणून जग असते.
आपल्यासाठी आपले जगच ती असते.
ती आई असते.

मधुगंध (काव्य संग्रह)

आई

आई ही आई असते
नऊ महिने उदरात वाढवून प्रसव कळा सोसत असते.
जन्मल्यावर पिल्लांसाठी जिवाचं रान करत असते.

वाहतो तिच्या हृदयात मायेचा अखंड झरा.
तिच्यामुळेच आयुष्याला अर्थ असतो खरा.

नका दुखवू तिला,नका उलट बोलू..
नका तिच्या प्रेमाला कोणत्याही तराजूत तोलू.

किती ही व्यस्त असाल तरी वेळ काढा तिच्यासाठी.
वाट पहात असते माऊली तुमच्या प्रेमळ संवादासाठी.

तिचे ओरडणे,रागावणे तात्पुरते च असते.
परत मायेने जवळ घेणारी तीच असते.

चंदना सारखे झिजून सुगंध देणारी आई असते.
आत्म्याचे ईश्वरी रूप म्हणजे आई... असते.

सौ.मानसी संतोष वैद्य

निरोप

बाबा तुमची लाडकी,
होतेय आज परकी.
करेन सुखाचा संसार.
नाही करणार तक्रार.

लाड सगळे पुरवलेत
संस्कार पण केलेत.
संस्काराची लाज मी राखेन
सासरच्या मर्जित मी राहेन.

आली निरोपाची वेळ.
किती कठीण हा क्षण.
बाबा घ्या ना एकदा मिठीत
द्या ना दाटलेल्या अश्रूंना मोकळीक.

मान्य मी आहे परक्याचे धन.
पण तुमच्यातच गुंतले आहे मन.
बाबा तुमची काळजी घ्याल ना.?
कारण उद्यापासून मी घरात नसेन ना...
उद्यापासून मी घरात नसेन ना.....

मधुगंध (काव्य संग्रह)

बाबांची लाडकी परी

आज त्याच्या आयुष्यातली खरी दिवाळी..
त्याच्या जीवनात आली एक छोटी परी...
घेतले त्या छोट्या जीवाला हातात तेव्हा
वाटले हीच तर आयुष्याची खरी कमाई...

त्याच दिवशी ठरवले त्याने,
होऊ न द्यायचा आपल्या परीला
कोणताही त्रास.
आता तो झटू लागला तिच्यासाठी
रात्रंदिवस विनासायास.

त्याचेच बोट धरून टाकले तिने
पाहिले पाऊल.
आणि त्याच्याच साठी उच्चारला
"बाबा," हे पहिले बोल.

आता लेक त्याची ,
शाळेत जाऊ लागली
तिथे मिळणाऱ्या यशामुळे,
त्याची मान ताठ होऊ लागली.

संस्काराचे बीज रुजू लागले
लेकीच्या वागण्यातून दिसू लागले
प्रत्येक शब्द बाबाचा झेलला तिने
डोळ्याच्या पाणावलेल्या कडा ते सांगू लागले.

सौ. मानसी संतोष वैद्य

शिक्षण संपले लेक बोलली,
बाबा तुम्ही आता आराम करा...
मी सांभाळेन सगळे...
पण आराम करेल तो बाप कसला

शेवटी लेक म्हणजे परक्याचे धन..
त्याला आता घट्ट करावेच लागेल मन
त्याला आता चिंता तिच्या लग्नाची..
सांभाळेल आपल्या लेकीला शोध अशा जावयाची

भावूक होते त्याचे मन....जेव्हा अखेर येतो
तो पाठवणीचा चा क्षण.
चेहऱ्यावरचे खोटे खोटे हसु,
किती ही
लपवायला गेले तरी न लपणारे ते अश्रू....

निरोप घेताना त्याच्या मिठीत शिरून
जेव्हा त्याची परी ढसाढसा रडते
तेव्हा त्याच्या ही नकळत त्याच्या
अश्रूंना मोकळी वाट मिळते....

प्रत्येक मुलगी ही बापाचे ह्रदय असते....तो जावयाला कसे आर्जव करतोय ते सांगण्याचा हा प्रयत्न.

माझे ह्रदय तुला दिलंय......

माझे ह्रदय तुला दिलंय..
सांभाळशिल ना रे त्याला..
आता ते तुझ्या अंगणात,
श्वास घेणार आहे,
जपशील ना रे त्याला...
आई विना पोर लाडात वाढलेली
आहे लाघवी,प्रेमाने ओथंबलेली
तुझ्या ह्रदयात स्थान,
देशील ना रे तिच्यातला त्या काळजाला...
माझे ह्रदय तुला दिलंय सांभाळशील ना रे त्याला..
मी आज आहे उद्या नाही..
पण बापाचे काळीज कधी मरत नाही.
तुझ्या काळजात जिवंत ठेवशील ना रे त्याला..
माझे ह्रदय तुला दिलंय सांभाळशिल ना रे त्याला.......

सौ.मानसी संतोष वैद्य

बाबा

बाबा असतात घराचा भक्कम पाया.
त्यांचे अस्तित्व म्हणजे वटवृक्षाची शितल छाया...
आई पेक्षा बाबांचा धाक असतो खरा..
पण आतून मात्र ते प्रेमाचा निखळ झरा....

आपल्या मुलांना काही कमी पडू नये हीच त्यांची आशा
फक्त मुलांनी थोडे समजून घ्यावे इतकीच असतेअभिलाषा.
स्वतःची हौस मौज बाजूला ठेऊन घरासाठी झटतात..
मुलापेक्षा मुलीवर थोडे जास्त प्रेम करतात...

मुलीच्या लग्नात उत्साहाने मिरवणारे बाबा असतात.
हळूच एखाद्या कोपऱ्यात जाऊन डोळे पुसणरे पण बाबा च असतात.
उतार वयात बाबा पुन्हा लहान होतात.
आता आपल्याला त्यांचे हट्ट पुरवावे लागतात.

उतार वयात त्यांची सेवा करणे म्हणजे पुण्य असते
त्यांनी आयुष्यभर केलेल्या कष्टासमोर हे नगण्य असते.

मधुगंध (काव्य संग्रह)

पहाताक्षणी प्रेम झाले की आपण स्वतःला कसे हरवून जातो.आणि प्रियकराच्या रंगात रंगून जातो याचे वर्णन करणारी ही गझल.

तूला पाहताक्षणी.

एक गाव वसवले मी, तुझ्या डोळ्यात पाहताक्षणी.
डोळ्यातला गाव पाहताना, डोळ्यात पाहणे विसरून गेले.

सांजवेळ मोहरुन येते,मन पिंगा घालते तुझ्याभोवती.
माझेच मला वाटते नवल,मी मला पाहणे विसरून गेले.

बकुळ फुलांचा गजरा, माळलास तू केसांत माझ्या.
मला आवडतो चाफा पिवळा,हेच मी विसरून गेले.

उन्हातले चांदणे घेतले तुझ्यासवे अंगावर.
शरदाच्या चांदण्यात न्हाणे मी विसरून गेले.

एकरूप झाल्या, तुझ्या आणि माझ्या सावल्या.
मी मला, त्यातून बाहेर काढणे विसरून गेले.
प्रेमाचे गोंडस रोपटे लाऊन गेलास अंतरी माझ्या.
वृक्ष करण्याच्या नादात पाणी घालणे विसरून गेले.

सौ. मानसी संतोष वैद्य

चांदण्यांची रात्र.

चांदण्यांचे चाळ बांधून,
चमचम करीत ,
आली चंदेरी रात.
देव्हाऱ्यातील दिव्याची,
ही मंद झाली वात.
प्राजक्त ही ,
फुलला,
मोहरला अंगणात.
बकुळी चा गजरा,
मी माळीला केसांत.
ठेवणीतील पैठणी,
नेसले,मोर जिच्या पदरात.
चंद्रकोर ही लावली भाळी,
साजण वसतो जिच्यात.
काजळ काळे घालुनी डोळा,
न्याहाळते मी आरशात.
लाजुनी चूर झाले,
आरक्त गुलाब ओठांत.
पैंजणांचे बोल छमछम,
घुमले एकांतात.
बांगड्यांची नाजूक किणकिण,
जणू सतारीतून सूर आर्त.
सख्या अधिरले तन मन,
कधी घेशील मिठीत.
करू साजरे सोहळे,
एकमेकांच्या कुशीत.

मधुगंध (काव्य संग्रह)

तन मन मोहरुन गेले,
शहारले नखशिखांत.
जेव्हा पाहिला साजण,
उभा साक्षात दारात.
जेव्हा पाहिला साजण,
उभा साक्षात दारात......

तुझे नि माझे

नाते तुझे माझे हे कसले...
आहे हे शब्दांच्या पलीकडले.
भाव तुझ्या डोळ्यातले,
अलवार मी टिपले.

अबोल माझी ही प्रीती,
जणू सागराला सरितेची मिठी.
जिवनी इंद्रधनूचे रंग पसरती,
मन माझे मोहरुन जाती.

शहारते काया जेव्हा होतो मनास,
तुझ्या असण्याचा आभास.
वाटे हवा हवा सा तुझा सहवास,
विरघळून जावे तुझ्या श्वासात माझा श्वास.

तुझे असणे म्हणजे अस्तित्व माझे.
तुझे हसणे म्हणजे खुलणे माझे,

सौ.मानसी संतोष वैद्य

तुझ्या सोबत असण्यानेच माझ्या जीवनाला अर्थ आहे.
नाहीतर सारे काही व्यर्थ आहे.

पाठवणी

भांगेत कुंकवाची रेष, भाळी कुंकवाचा टिळा.
नाकात नथ साजिरी,आज तुझा लग्नसोहळा.

आई बाबांची लेक तू लाडकी,
ओलांडून माप सासरचे, आज होशील तु परकी.

कर मोठ्यांचा सन्मान, लहानांना दे प्रेम
नको होऊ उतावीळ,हळू हळू च बसेल जम.

नको करू तुलना सासर आणि माहेरची.
आता तेच तुझे घर,आणि तीच माणसे जवळची.

नको डोळा आणू पाणी,कर सुखाचा संसार.
जावई आहे भला,बना एकमेकांचा आधार.

मधुगंध (काव्य संग्रह)

कधी रे येशील तू

मी वाट पाहतेय तुझ्या येण्याची
प्रेमाचे चांदणे बरसण्याची
कवडसे प्रितीचे हळूच ,
अंतरंगात साठवून घेण्याची

अबोल,अव्यक्त प्रीती आपुली
कधी देशील याची कबुली..
तिन्ही सांजेची ही कातर वेळ
कधी संपेल हा लुकाछिपी चा खेळ.

जीव होतोय रे कासावीस
कुठवर धरू मी आस.
बेलगाम सुटलाय मनाचा वेरू
तूच सांग त्याला कसे आवरू

तुझ्या मनात नाही का वाहत प्रेमाचे वारे?
कसे कळतील मला तुझ्या मनातले इशारे
सख्या येऊन सांग ना रे हळूच माझ्या कानात
फक्त आणि फक्त मीच आहे तुझ्या जिवनात...

सौ. मानसी संतोष वैद्य

विरंगुळा
(शिरोमणी काव्य)

सख्या,
श्वासात तुझ्या.
विरघळतो श्वास माझा.
विरंगुळा तितकाच मनास माझ्या.

सख्या.
मिठीत तुझ्या.
विसावतो देह माझा.
विरंगुळा तितकाच देहास माझ्या.

सख्या,
गाण्यात तुझ्या,
हरवतील शब्द माझे.
विरंगुळा तितकाच शब्दास माझ्या.

सख्या,
प्रेमात तुझ्या,
वेडावतो जीव माझा.
विरंगुळा तितकाच जीवास माझ्या.

मधुगंध (काव्य संग्रह)

|| मैत्री ||
मैत्री तुझी माझी

हृदयात राखून ठेवला आहे..
तुझ्यासाठी एक कप्पा.
आयुष्याच्या वळणावर...
मैत्री चा हा एक अनोखा टप्पा.
मनात रुंजी घालणाऱ्या अनेक प्रश्नांची,
उत्तरे तुझ्याकडे अचूक सापडतात.
तुलाही माझ्याशी बोलले की,
नागमोडी वाटा सरळ वाटायला लागतात.
काही काही गोष्टी तुला न सांगता ही कळतात,
कदाचित यालाच मैत्री असे म्हणतात.
कधी ही मैत्रीचे मोजमाप न ओलांडणारी,
आणि तरी ही सगळे भावबंध जपणारी,
निखळ,निरपेक्ष,आणि निःस्वार्थी अशी आपली मैत्री,
करशील आयुष्यभर साथ, आहे मला ही खात्री...

सौ.मानसी संतोष वैद्य

पुन्हा काळजी घ्या

गोष्ट आहे ही खरी
कोरोनाचे संकट पडतंय
सगळयांवर भारी...
नका घाबरून जाऊ..
नका निराश होऊ...
नका हताश होऊ...
नियम मात्र सगळे पाळू
आणि घरातच राहू..
चिंता नको चेहऱ्यावर
असुदे हसू..
मेसेजेस,अफवा,
या गोष्टींमध्ये,..
नका तुम्ही फसू..
मारून या मनात ही
एक फेरफटका.
,मनावरची मरगळ दूर झटका,
घरातली अडगळ पण काढून टाका.
नियमित ध्यान ,प्राणायाम करा.
देवाचे ही नामस्मरण करा.
मुलांशी नव्याने गट्टी जमवा.
जुन्याच मित्र, मैत्रीणीना
नव्याने पटवा..
नातेवाईकांशी बोला,
आपल्या मनाची कवाडं,
बिनधास्त खोला.
गाणी ऐका, नाच करा.

भेंड्या खेळा,
पुस्तकांशी मैत्री करा..
व्यक्त व्हा,लिहिते व्हा..
मैत्रिणींनो (गृहिणी)संगणकाशी मैत्री करा...
मुलांकडून शिकून घ्या.
मित्रानो थोडे किचन मध्ये
तुम्ही ही जा....
सिनेमे पहा,नाटकं पहा...
पण बातम्या जरा कमीच पहा...
मुलांनो ऑनलाईन कोर्सेस करा..
विचार मात्र शक्यतो
सकारात्मक च ठेवा..
जे आपल्यासाठी जिवाची,
पर्वा न करता लढताहेत,
त्या सगळ्यांबद्दल कृतज्ञता
नक्की ठेवा..
जे आवडायचे आणि
करायला मिळायचे नाही
ते सगळे करा...पण घरात राहूनच.
तरून जाईल हे ही संकट..
वसुंधरा पुन्हा श्वास घेतेय
तसे मनुष्य ही कोरोना मुक्त होऊन
श्वास घेईल सुटकेचा...

सौ.मानसी संतोष वैद्य

लव यू जिंदगी

आयुष्य तुझ्यावर
किती किती प्रेम करू

फुलांवर करू, पानांवर करू
हिरव्यागार रानावर करू.

उगवणाऱ्या सूर्यावर करू
मावळत्या दिनकरावर करू.
गंधाळलेल्या रात्रीवर करू.
स्वच्छंद दिवसावर करू.

डोंगर,दऱ्या, नद्यांवर करू
निळयाशार समुद्रावर करू

पक्षांवर करू,प्राण्यांवर करू
येसुदास च्या गाण्यांवर करू.

नात्यांच्या गोतावळयावर करू
मित्र,मैत्रिणींच्या घोळक्यावर करू

चहाच्या टपरीवर करू
पंचतारांकित हॉटेल वर करू

आईच्या हातच्या पुरण पोळी वर करू
तांबड्या ,पांढर्या रश्यावर करू.

मधुगंध (काव्य संग्रह)

मंदिरातल्या देवावर करू
माणसातल्या देवदूतावर करू.

हृदयाला भिडणाऱ्या शब्दांवर करू
त्यातून उलगडणाऱ्या कवितांवर करू.

गुलाबी थंडी वर करू, कडक उन्हा वर करू
वाऱ्यावर करू, बरसणाऱ्या पावसावर करू.

मातीवर करू, मातीतल्या गंधावर करू.
क्षितिजावर करू, इंद्रधनू वर करू.
हिरवाईने नटलेल्या माझ्या गावावर करू
माणसांनी गजबजलेल्या मुंबईवर करू

माझ्यातल्या मी वर करू.
लव यू जिंदगी म्हणत तुझ्यावर करू.

कविता

माझी कविता मनाला धुंद करते.
शब्द शब्द गूंफित येते,
आणि कवितांची माळ करते.
जाणिवे नेणिवे च्या पलीकडे
जाऊन व्यवहार करते..
माझी कविता मनाला धुंद करते.
असते ती माझ्या आतच,

सौ. मानसी संतोष वैद्य

माझ्या आर्त मनाला साद देते
माझी कविता मनाला धुंद करते.
आम्ह दोघींचे अगदी सख्य बरं का.
मैत्रिणी सारखी माझ्यावर प्रेम करते..
माझी कविता मनाला धुंद करते.
कधी सुर साज लेऊनी येते.
ओठंवरले गाणे होऊन जाते.
माझी कविता मनाला धुंद करते.
जाई, जुई, प्राजक्त, बकुळ , यांच्यात रमते.
मोगर्‍याच्या सुगंधात ही दरवळते.
माझी कविता मनाला धुंद करते
पाऊस म्हणजे जिवलग जणू.
त्याच्या संगे ती ही बरसते.
माझी कविता मनाला धुंद करते
सागराशी हीचे अतूट नाते.
नित्य गुजगोष्टी त्याच्यासवे करते.
माझी कविता मनाला धुंद करते.
आयुष्याच्या उत्तरार्धात पैलतिरी जाताना
उरी कवितेचे च गाठोडे घेते..
माझी कविता मनाला धुंद करते.
माझी कविता मनाला धुंद करते.

मधुगंध (काव्य संग्रह)

मैत्रीण

आज अचानक बाजारात ती भेटली.
थोडी शी स्थूल,थोडी काळवंडलेली.

हातात दोन पिशव्या,घामाने डबडबलेली.
शाळेत असताना होती हसरी,कळी फुललेली.

"मैत्री दिनाच्या शुभेच्छा" ,मी बोलून गेलो.
"हम्म" इतकेच बोलली,आणि चालू लागलो.

मला जाणवले तिला खूप बोलायचे होते
पण शब्द ओठांपर्यंत येऊन माघार घेत होते.

"कॉफी??" मी इतकेच म्हटले,तिने मानेनेच नकार दिला.
"पुन्हा कधीतरी" म्हणून तिने जायचा रस्ता धरला...
मी ही हट्ट सोडला नाही,पुन्हा विचारले.."थोडा वेळ?"
ती हो म्हणाली..."खरेच अगदी थोडा वेळ."

मी दोन कॉफी ऑर्डर केल्या,तिला विचारले "कशी आहेस"
डोळ्यातले पाणी लपवत ती म्हणाली" जगतेय" "
तू कसा आहेस"

"मी एकदम मस्त ...एकटा जीव सदाशिव."..मी म्हटले.
तिच्या भुवया उंचावल्या,खूप प्रश्न तिच्या डोळ्यात दाटले.

*अगं कशी होतीस तू,काय करून घेतलेस" मी म्हणालो
"नशिबाचा खेळ,दुसरे काय.."ती म्हणाली "आम्ही फसलो"

सौ.मानसी संतोष वैद्य

मी फक्त तिचा हातात हात घेतला आणि म्हणालो "मी आहे"
आता मात्र तिच्या डोळ्यातून वाहणारे पाणी तिने थांबवले नाही...

"मला काही सांगण्याची गरज नाही..."...".विश्वास ठेव मी आहे"मी
म्हटले......
अजुनही हातात हात होता.."तूला वाटेल तेव्हा मला फोन कर."मी असे ही
म्हटले.

तिला खूप बोलायचे होते,पण ती बोलत नव्हती..
मी ही मग स्वतःला आवरले आणि माघार घेतली..

"मी तुझा मित्र आहे कधी ही आवाज दे मी असेन"मी म्हणालो
"हो रे...मला ही खूप बोलायचे आहे " "पुन्हा कधीतरी" ती म्हणाली.

"खूप छान वाटले तुला भेटून."...इतकेच म्हणाली.
"मला पण". असे म्हणून आपापल्या घराची वाट धरली असेच कधीतरी पुन्हा
भेटण्यासाठी....

मधुगंध (काव्य संग्रह)

आयुष्यात एखादी तरी मैत्रीण हवी असे प्रत्येक मुलाला वाटत असते आणि तो तसे कवितेतून मांडतो ही...मग मुलीला पण एक छानसा मित्र का नको ......

एक मित्र हवा.

आयुष्यात एक मित्र हवा.
आश्वासक,मायेची पाखरण करणारा..
सुख दुःखात सहभागी होणारा..
आपले म्हणणे ऐकून घेणारा..
रुसवे फुगवे आणि हेवेदावे यांच्या पलीकडे,
जाऊन समजून घेणारा...
मैत्रीचे मोजमाप सांभाळून,
निखळ हास्य फुलवणारा...
कधी चुकले तर हक्काने ओरडणारा,
आणि मी कायम आहे तुझ्यासोबत ,
हे विश्वासाने सांगणारा..
आयुष्यात एक छानसा मित्र हवा.

मैत्रितही कधी कधी खूप दिवस बोलणे होत नाही.पण ते असे नाते आहे की जे कधी तुटत नाही.अखंड अविरत जपले जाणारे मैत्रीचे नाते.माझ्या कल्पनेतून साकारलेले.

मैत्री

आताशा तो फारसे काही बोलत नाही,
पण माझे ही काही त्याच्याशिवाय अडत नाही.

सौ.मानसी संतोष वैद्य

कधीतरी असतो एखादा संदेश."कशी आहेस"
मी ही म्हणते "बरी आहे" "तू कसा आहेस"

यावर त्याचे नसते उत्तर, टाकतो त्रासलेला इमोजी एक
मग माझ्या ही मनात उठतात प्रश्नांचे काहूर कैक.

पण काही ना विचारता फक्त इतके बोलते" काळजी घे"
आणि तो ही अंगठा दाखवून "तू सुद्धा" म्हणतो आणि ऑफलाईन होतो.

मौनाची ही भाषा खूप काही सांगून जाते.
न बोलता ही खूप काही बोलून जाते.

असेल कदाचित कामामुळे तो इतका त्रस्त.
मी ही आहे की माझ्या संसार रुपी चौकटीत व्यस्त.

गुणगुणते मग मी माझ्याच कवितेची ओळ.
नकळत मग वाहतो अश्रूंचा ओघळ.

परी आठवण येत नाही असे न कधी होते.
कारण मनाने मनाशीच जुळलेले हे अतूट नाते.

मैत्री चे हे बंध जपते आणि झटकून टाकते सारी मरगळ.
बोलणे नाही झाले तरी मैत्री च्या या वृक्षाची कधी न व्हावी पानगळ.कधी न व्हावी पानगळ..

मधुगंध (काव्य संग्रह)

गाण्याच्या चालीवर लिहायचा प्रयत्न केला आहे .

फुलले रे क्षण माझे फुलले रे(२)
साथीने प्रेमाच्या..प्रेमाच्या साथीने
हसले रे मन माझे हसले रे.....

तुझ्याच प्रेमाचे चांदणे लेऊन ,झाले मी बावरी रे
राहिले तुझीच सदाची होऊन,का ना तुला हे कळे.
या ओढीचे ,या ओढिचे किती हे सारे बहाणे.
साथी ने...प्रेमाच्या साथी ने हसले रे मन माझे हसले रे.

होते मी बेधुंद,ध्यानात ,मनात , प्राणात..तूच गडे
मनातल्या माझ्या कप्प्यात,बंदिस्त असतो तूच खरे
संगतीने हो ,संगतीने रचले मी उंच हे मनोरे
साथीने ,प्रेमाच्या साथीने हसले रे मन माझे हसले रे..

भाव हे भाव हे कळेना
संपला का धीर हा, सांगवेना.
कशी वागू मी,कशी वागू मी
सोडवू कसा हा गुंता रे
साथीने.....प्रेमाच्या साथीने हसले रे मन माझे हसले रे.

सौ.मानसी संतोष वैद्य

माझी कविता

आज माझी कविता पस्तिशी ची झाली.
बोबडे बोबडे बोल होते सुरुवातीला,
नंतर थोडी यौवनात आली...
आता तर पूर्ण परिपक्व झाली

माझ्या मनाची मशागत माझ्या कवितेने केली.
छान बहरून शब्दांवर आरूढ झाली.
तीच माझी सखी झाली ,आणि सावली ही झाली.
मनाचा कोपरा व्यापून सगळी जळमटे दूर झाली.

कोणी नसले तरी माझी कविता असते बरोबर.
सगळे रंग शब्द बनून उमटतात कागदावर.
तिचे आणि माझे हे अनोखे नाते आहे.
शेवटच्या श्वासापर्यंत तिची साथ मला हवी आहे.

एका छोट्या मुलीचे गमतीशीर स्वप्न(बालगीत).

आज स्वप्नात आली एक परी.
म्हणाली दाखवते तुला दुनिया न्यारी.

घेऊन गेली मला तिच्या राज्यात.
जणू वाटले आले मी फुलपाखरांच्या देशात.

जिकडे तिकडे रंगीबेरंगी फुलपाखरे.
फुलांवर बसुनी झोके घेती सारे.

मधुगंध (काव्य संग्रह)

चॉकलेट च्या नदीला आला होता पूर.
वाटले मारावी उडी,आणि जावे खूप दूर.

एका कोपऱ्यात होते पैशांचे ही झाड.
परी म्हणाली हवे तितके पैसे काढ.

समोर दिसला एक गुलाबी डोंगर आइस्क्रीम चा
परी म्हणाली तुला आवडतो ना फ्लेवर स्ट्रॉबेरी चा

आइस्क्रीम, चॉकलेट खाऊन झाले.
झाडावरून पैसेही भरपूर काढून घेतले.

आता मात्र येऊ लागली आई बाबांची आठवण.
परीला सांगितले मला घरी ने पटकन.

कळी खुलेना (बालगीत)

रुसू बाई रुसून कोपऱ्यात बसली.
मोबाईल दिला नाही म्हणून फुगून बसली.
आई ने दिले चॉकलेट,बाबांनी दिला पेढा.
नको म्हणून गुढग्यात डोके घालून बसली

काही केल्या ऐकेना, हसवले तरी हसेना.
लाडक्या परीची कळी काही केल्या खुलेना.
आता मात्र बाबांचा चढला पारा.
आई ला ही काय करावं सुचेना.

सौ. मानसी संतोष वैद्य

तितक्यात ताई ने केली युक्ती.
समोर ठेवली तिची आवडती बाहुली.
बाहुली पाहून परी नाचू लागली.
हळू हळू परीची कळी खुलू लागली.

आम्ही दोघी

श्वास श्वास दरवळतो
जेव्हा भेटतो आम्ही दोघी..
हितगुज एकमेका सांगतो..
जेव्हा भेटतो आम्ही दोघी.....
माझे भावविश्व तिच्या
समवेत च उलगडते
माझे हसणे,रडणे..
तिच्यासोबत च असते...
माझी सावली जणू ती..
माझ्यातच विरलेली..
माझ्यातली मी..
मी तिच्यात शोधते.
तिच्याशीच स्पंदनांचे..
नाते विणते.
कोंदण माझ्या शब्दांचे..
तिच्याशिवाय अधुरे....
सोहळे आमच्या नात्याचे...
करतो आम्ही साजरे.....
अशी माझी सखी...

मधुगंध (काव्य संग्रह)

माझी घट्ट मैत्रीण..
माझी कविता.
माझी कायमची जोडीदारीण....

गझल

गर्दीत माणसांच्या एकटीच असते मी.
मिळते कवितांची सोबत, त्यांच्यातच जगते मी.

नको आधार कोणाचा, नको फुकाचे दिखावे.
आरशात न्याहाळून, स्वतःशीच हसते मी.

सरला तिमिर सारा, प्रकाश झोत आला.
चांदणे उन्हातले, अंगावर झेलते मी.

शब्द शब्दात गुंफुनी, शब्दांचे वीणते शेले.
कधी त्यांचेच पांघरूण, कधी आकाश पांघरते मी.

नश्वर हे शरीर, परी लागते आत्मानंदी मन.
सृष्टीतल्या चराचरात ईश्वर शोधते मी.

सौ. मानसी संतोष वैद्य

आपल्याला जेव्हा एकटे एकटे वाटते तेव्हा आपल्याशी कोणीतरी बोलावं असे सतत वाटत राहतं. मन मोकळे करण्यासाठी नेहमी मन एक दुसरे मन शोधत असते. अशा वेळी नेमकी मनाची काय अवस्था होते आणि काय निष्पन्न होते ते सांगणारी ही कविता.

कवितेची कविता.

खूप वाटायचे कोणीतरी बोलावं आपल्याशी.
गूढ साचलेले मन खोलावे त्याच्यापाशी.
पण हल्ली कोणाला वेळ असतो, कोणाशी बोलण्याचा.
संवेदनशील मनाचा तळ खोलण्याचा.
अस्वस्थ वाटायचे, त्रास व्हायचा खूप.
राहायचे मग एकाकी गुपचूप.
एके दिवशी माझे मनच मला म्हणाले,
डोकाव की तुझ्याच आत, बघ काय साचले.
तूच काढू शकतेस बाहेर तो कचरा.
होऊन जाऊदे तुझ्या भावनांचा निचरा.
मग कुठेतरी आत लख्ख प्रकाश पडला.
आणि माझ्या कवितेने पहिल्यांदाच हंबरडा फोडला.
आणि माझ्या कवितेने पहिल्यांदाच हंबरडा फोडला.

मधुगंध (काव्य संग्रह)

आजकाल माणूस फार लवकर नैराश्यात जातो,किंवा त्याला काही करण्याची इच्छा उरत नाही,तर अशांसाठी एक आशावादी कविता..

आनंदाने जगा

माणूस चुकांमधून च शिकतो..
पण चुका करण्याची,
तसदी तरी घ्या...
आयुष्यात फुकट काहीच ,
मिळत नाही,मेहनती साठी,
आधी पाऊल तर उचला....
यश,अपयश तर येतच असते..
पण ते मिळण्यासाठी ,
आधी प्रयत्न तर करा...
जीवन कसे छान आहे,
ते भरभरून जगण्यासाठी,
आधी चेहऱ्यावर हसू तर आणा.

पाऊस आणि मी

वादळी वारा
पाऊस कोसळी
जणू ढगांची
ढगांशीच जुंपली.
पाणीच पाणी

सौ.मानसी संतोष वैद्य

चोहीकडे.
उन्मळून पडती.
कैक झाडे
काही घरांचे
उडते छप्पर.
विरून जाते
मातीचे सुगंधित.
अत्तर.
जणू ओघळती
पानापानांतून
अश्रुधारा.
पावसा थांबव
रे तुझा हा
अतिरेक सारा.
शांतपणे
बरसु दे
सरिवर सरी.
सावळ्या मेघानो
तुम्ही ही
जा माघारी.
राग वसुंधरेवर
इतका नको रे काढू
नकोसा वाटशील
इतका नको
रे पडू
पावसा तुझे
आणि माझे
अनोखे नाते.
विविध तुझ्या

35

मधुगंध (काव्य संग्रह)

रुपांवर ,
माझी कविता फुलते.
माझी कविता फुलते.

शब्द तुझे

पाहताक्षणीच तुला,ओठी गीत या जन्मले.
प्रेरणा बनुनी शब्द तुझे ,मम जीवनात आले.
एकटी,अबोल मी,ना जाण या जगाची.
सावरले तूच मला,ना खंत आता कशाची.
साकारले स्वप्नची जणु ,धुंद मी झाले...
प्रेरणा बनुनी......
तुझ्यामुळेच मला मी पण आले.
सर्वस्व वाहिले जरी,ते कमीच जाहले.
उणीव नाही कशाची आता,मज हे उमगले
प्रेरणा बनुनी......
का वाटते अनामिक भीती या अनमोल प्रितीची
हिरावली तर जाणार नाही ना ही घडी सुखाची....
सांगशील ना रे जगाला नाते अपुले हे कसले
प्रेरणा बनुनी शब्द तुझे मम जीवनात आले......

सौ.मानसी संतोष वैद्य

शब्दांची किमया

शब्द तारक ,
शब्द मारक,
शब्द वर्मी घाव,
शब्द मनीचे ठाव,
शब्द कधी मोरपीस मखमली,
शब्द कधी डंख विषारी..
शब्द म्हणजे आरसा मनाचा.
शब्द म्हणजे तुकडा काळजाचा..
शब्द म्हणजे कधी हार,
कधी जीत..
शब्द म्हणजे कधी परके ,
कधी मनमीत..
तर असे हे शब्द कधी जपून वापरावेत.
तर कधी बेभान उधळू द्यावेत..

शब्द

जेथे जाईन तेथे माझे, सांगाती माझे शब्द
माझ्या प्रत्येक भावनेला आंजारून,
गोंजारून मनःपटलावर उमटतात ते माझे शब्द,
गुंफून एकमेकात कवीता बनतात ते माझे शब्द.
कधी रुसतात, कधी हसतात, ते माझे शब्द.
कधी खेळतात लपंडाव ते माझे शब्द.
कधी मांडतात, आपलाच डाव ते माझे शब्द.
मी नसतानाही मागे उरतील ते माझे शब्द
कधीच ठरणार नाहीत शेवटचे माझे शब्द.....

मधुगंध (काव्य संग्रह)

स्वप्न उरातले

शब्दांवर आरूढ होऊन,
वाचकांच्या मनात फेरफटका मारावा.
अहाहा किती सुंदर लिहिले आहे,
असे म्हणत वाचकांनी कौतुकाचा वर्षाव करावा.
कविता जशीच्या तशी उभी राहावी डोळ्यांसमोर.
हसू आणि आसवांनी वाचक व्हावेत भावविभोर.
बस इतकी पात्रता माझ्या अंगी यावी.
माझी लेखणी या योग्यतेची व्हावी.
हाच असेल माझ्यासाठी पुरस्कार,आणि मान सन्मान.
हेच स्वप्न उरी बाळगते मी,ठेऊनी हेच आत्मभान.

शब्द

शब्दाने च घालते सडा.
शब्दांचीच रांगोळी.
शब्द शब्द सजवून,
होते शब्दांचीच दिवाळी.

शब्दांचीच होते होळी,
शब्दांचे च उधळते रंग.
शब्दांचे च इंद्रधनुष्य.
शब्दांचे च सप्तरंग.

सौ.मानसी संतोष वैद्य

शब्द जीवनगाणे,
शब्द जीवनाचे सार.
शब्द हेच आयुष्य
शब्द हेच आधार.

शब्द शब्दांची गुंफण.
शब्दांचीच कारागिरी,
शब्दांनीच घडते.
शब्दांचीच मुशाफिरी.

शब्दांचे खाते

तुझ्यात मी माझ्यात तू.
जुळत गेले नाते.
शब्दांच्या बँकेत मी
उघडले नवीन खाते.
काही शब्द तारण ठेवते
काहींची उचल करते.
व्याजाने घेते काही शब्द
आणि काहींचे व्याज ही भरते.
धावून येतात अनेक वेळा
मदतीला काही शब्द
काही वेळा मौनच धरतात
शब्दच होतात निःशब्द.
शब्दांचा हा जमाखर्च
सांभाळते वेळोवेळी.

थोडे शब्द राखून ही ठेवते
कामास येतात अवेळी.
शब्दांचे हे माझे खाते.
सदैव असेल भरलेले.
कमी जास्त होईल ही कधी
पण कधी न होईल ते रिते.
पण कधी न होईल ते रिते.

मानिनी

किती धुके दाटले मनाच्या गाभाऱ्यात
कधी होईल स्वच्छ ,निरभ्र?
कधी विळखा सुटेल विचारांचा...?
किती उसने अवसान आणून जगू मी....?
कधी संपेल हा प्रारब्ध.....?
कोणाशी बोलू,कसे सांगू...कशी सुटेल ही गुंतागुंत.?
आणि अचानक आतून आवाज आला.....घाबरु नकोस.कणखर हो,जग तूही तुझ्या मर्जी प्रमाणे.नको कमी लेखू स्वतःला.कर तुझ्या लेखणीला तुझे शस्त्र आणि जुगारून दे सगळी बंधनं.
मी ऐकत राहिले,स्तब्ध झाले.
ओसरू लागले धुक्याचे मळभ
लखख प्रकाश पडला आणि मी ठरवले त्याच क्षणी...
उंबरठा ओलांडून केला होता गृहप्रवेश....पण आता तोच उंबरठा ओलांडून पडायचे बाहेर.
करायचा स्त्री शक्तीचा जागर होऊन मानिनी...होऊन मानिनी.

काय करू समजेना

सैरभैर झाले मन,रस्ता कुठेच दिसेना.
दिशा सुन्या झाल्या साऱ्या,नियतीचा खेळ काही कळेना.
ढग उतरून आले काळोख पांघरून.
सांजवात लावूनही तीमिर काही संपेना.
पावसाला ही कळले असेल का माझे आक्रंदन.?
झपाटल्यासारखे कोसळणे त्याचे ही थांबेना.
दुःखाशी हातमिळवणी करता करता आयुष्य सरले.
सुखाचा कवडसा मात्र काही केल्या दिसेना.

जगा मनसोक्त

पायाला भिंगरी लागल्यासारखे धाव धाव धावायचं..
आणि एक दिवस सगळे इथेच ठेऊन वर जायचं..

गाडी, बंगला,बँक बॅलन्स फक्त हीच स्वप्न बघायची.
प्रेम,आदर,माणुसकी याला कुठून भिक घालायची

ना मनाला आराम ना शरीराला,ना शांत झोप.
कसे राहील सांगा मन आणि शरीर निकोप.

मग डाएट चे आले फॅड,आणि जिम मध्ये झाली गर्दी.
वारेमाप पैसे देऊन उंची वस्तूंची होतेय खरेदी.

मरण समोर दिसले की वाटते जगायचे राहून गेले.
पण जिवंतपणीच जगायचे तुम्ही विसरून गेले.

मधुगंध (काव्य संग्रह)

हसा ना खळखळून, समुद्राची गाज ऐका.
डोंगर , दऱ्यांना घ्या कवेत, पक्ष्यांची साद ऐका.

जादूची झप्पी द्या, मायेचा ओला स्पर्श द्या.
तोडा सगळी बंधने, मनाला स्वच्छंद फिरू द्या.

एकटी

आहे मन आज उदास,
नाही संपत ही आस.
मनी झोंबतो हा वारा,
अश्रूंनाही नसे थारा.

पसरला अंधार जीवनी,
वाट दाखवेल का कोणी?,
असा काय गुन्हा केला?
नियतीने हा डाव साधला.

किती धरावा हा धीर,
नाही दिसे कुठे तीर.
का पाहसी रे अंत?
सांग तूच भगवंत.

कशी राहू मी एकटी?
आणि कोणासाठी?
कोण देईल उत्तर....
कोण देईल उत्तर?

सौ.मानसी संतोष वैद्य

प्रेरणा

हास्य तुझे निरागस....
डोळ्यातले भाव सालस.
होऊन सावित्री ची लेक,
सांभाळ शिक्षणाचा वसा..

स्वप्न बाळग उराशी..
गगनात भरारी मारण्याचे
नको होऊ उदास कधी
वय तुझे हे फुलण्याचे.

शिकून खूप मोठी हो..
माय बापाचा आसरा हो.
पण पाय मात्र नेहमीच
जमिनीवर ठेव.

धरुनी कास शिक्षणाची
भावी पिढीसाठी हो प्रेरणा..
तुझ्या नजरेतील आत्मविश्वास
ठरुदे तुझ्या जगण्याची साधना...

जिद्द

आई बाबांनी जन्म दिला
त्यांनीच मला घडविले..
शिकुन स्वतःच्या पायांवर
उभी राहिले..
स्वतःला घडवतच होते पण,
पाठवणी ची वेळ आली.
सगळे सोडून जोडीदाराची
सावली झाले...माझे घडायचे राहून गेले.
दोन लेकरे झाली,
घर आनंदात न्हाऊन निघाले
पण माझे मात्र घडायचे राहून गेले..
माझे शिक्षण आता मागे पडले,
मुलांना शिकवण्यात रमून गेले.
माझे मात्र घडायचे राहून गेले.
पण आता मुलांचे विश्व आहे वेगळे ,
मम्मा तु पण काहीतरी ,
कर असे आहे त्यांचे सांगणे.
पूर्वीची जिद्द परत उभारी घेईल का?
मी स्वतःला घडवून दाखवेन का?
या प्रश्नांचे उत्तर मलाच शोधले पाहिजे.
काही झाले तरी मी आता स्वतःला
घडविले पाहिजे...
काही झाले तरी मी आता स्वतःला
घडविले पाहिजे.

सौ.मानसी संतोष वैद्य

खंबीर मी

कधी कधी उरात होते धडधड
काळीज पिळवटून निघतं.
देवा माझ्याच बाबतीत का घडतं
असं ही वाटून जातं......
कधी कधी उगाचच रडावसं वाटतं.
डोळ्यातले दुःख सारे मनात साठतं
शोधु लागतं मन खांदा कोणाचा तरी आधाराला..
पण नसते कोणी ही सावली शिवाय आजूबाजूला..
त्याच सावलीला सांगेन मी आता बजावून.
तू जरी नसलीस तरी आहे मी खंबीर आजपासून.
नको कोणाचा खांदा,नको कोणाची सांत्वना.
आकाशा एवढे दुःख आले तरी करेन त्याचा मी सामना.

माझी दैनंदिनी

माझ्या दैनंदिनी च्या प्रत्येक पानावर
माझ्या आयुष्याचा लेखाजोगा असतो
माझेच प्रतिरूप माझी दैनंदिनी,
तिच्यातच माझा श्वास अडकलेला असतो.

जीवनातल्या प्रत्येक घटनेची ती साक्ष असते...
फक्त माझ्याच नजरेचा ती कटाक्ष असते...
माझे हसणे,रडणे सगळे तिच्यासोबत..
माझे उडणे,बागडणे सगळे तिच्यासोबत..

मनाची मशागत होते तिच्यामुळेच
मी सावरते, बावरते...तिच्यामुळेच..
जणू माझ्या मनाचा चोरकप्पा माझी दैनंदिनी
गुपित उलगडण्याचा पहिला टप्पा माझी दैनंदिनी

आयुष्यात येणाऱ्या प्रत्येक जीवाची इथे नोंद असते
काळाच्या पडद्याआड गेलेल्यांसाठी पण इथे विसाव्याची सोय असते.
आनंदाच्या डोहात,दुःखाच्या सागरात विहार
करताना फक्त तुझीच साथ असते
तुझ्याशिवाय अपूर्ण मी,नाते तुझे माझे
म्हणजे ऋणानुबंधा ची गाठ असते...

काळ्या मातीत मातीत

काळया मातीत मातीत
बळीराजा हा राबतो,राजा हा राबतो
राजा हा राबतो....
नाही कोणाची मदत,नाही
कोणाची खैरात
राबून स्वतःच्या जीवावर
हा सोने उगवतो....काळया मातीत.....
आज कोरोनाचे संकट ...आहे सर्वांच्या डोईवर
नाही भीती त्याला याची,याचे प्रेम या मातीवर
गाळून घामाच्या धारा या..बळीराजा सुखावतो
बीज अंकुरे पाहून तो ही जरा विसावतो..
तो ही जरा विसावतो,मग येतो हा पाऊस..

मग येतो हा पाऊस,त्याची स्वप्न फुलवतो..
काळया मातीत....
आम्ही शहरातील लोकं,नाही कष्टाची जाणीव..
त्याच्या कष्टाची जाणीव,आहे किती ही नेणिव
त्याच्या कष्टामुळेच पडते आम्हा मुखी ही भाकर
आम्हा मुखी ही भाकर,त्याला त्रिवार वंदन...
असा आमचा बळीराजा...त्याला त्रिवार वंदन
त्रिवार वंदन.....काळया मातीत मातीत....

अशाच एका सोनसकाळी

मंद हवा, धुंद गारवा, मनास वेड लावी...,
मन होऊन पाखरू, घेई उंच भरारी
अशाच एका सोनसकाळी.....

चाहूल कसली ही नवचैतन्याची,
लावी जीवास हुरहूर...
वाऱ्याने अशी घातली फुंकर..
आणि उमलली प्रितीची कळी...
अशाच एका सोनसकाळी......

रविकिरणांच्या , सोनेरी स्पर्शाने,
सळसळली पाने....धुंद होऊनी मन
गाई प्रितीचे तराणे...
अजाणतेपणी ही काय किमया झाली.....
अशाच एका सोनसकाळी......

मधुगंध (काव्य संग्रह)

मळभ

आज मळभ साचलय,
बाहेर ही आणि मनात ही.
विचारांची कोंडी झाली आहे.
काय करावं सुचत नाही
कोणाला सांगावं कळत नाही
कुठे तरी,काही तरी घडणार,
याची चाहूल तर नाही ना?
मनात उठलेल्या विचारांचे
हे काहूर तर नाही ना?
कोण सोडवेल हे न सुटणारे कोडे?
कधी थांबतील हे चौखूर उधळलेले
विचारांचे घोडे?
आवरू तरी कशी मी स्वतःला.?
सावरू तरी कशी मी स्वतःला.?
कधी शमणार हे चक्रीवादळ विचारांचे?
की माझ्याच बरोबर शांत होईल कायमचे?

सौ.मानसी संतोष वैद्य

सावली

स्वप्नात एकदा पाहिली
मी,अशीच एक सावली
विचारले तिला
कोण ग तु माऊली?
म्हणते कशी,ओळखले
नाहीस मला?
मी तर तुझेच प्रतिरूप..
तुझ्या सुख , दुःखाची भागीदार.
तुझ्या क्षणा क्षणाची साक्षीदार.
मी म्हटले चल खोटारडी कुठली..
तू तर फक्त प्रकाशातच साथ देणारी..
तिमिरात मला सोडून लुप्त होणारी...
यावर ती हसली आणि बोलली..
तिमिरात तुझ्यात विसावणारी
आणि प्रकशात तुला दिशा दाखवणारी...
मी तुझीच सावली....मी तुझीच सावली.

मधुगंध (काव्य संग्रह)

फिटे अंधाराचे जाळे झाले मोकळे आकाश....

फिटे अंधाराचे जाळे झाले मोकळे आकाश
जुगारून सर्व बंध,केले मोकळे सर्व पाश
वेदना, जखमांना नाही आता कुरवाळत बसणार..
ज्यांनी दिल्या, त्यांच्यापासून च दूर जाणार..

मलाही आहे मान,सन्मान,आणि सार्थ अभिमान.
समाजाच्या भीतीने नाही हरवणार माझे आत्मभान..
खूप सहन केले, आता नाही सहन करणार..
नव्या उमेदीने आणि नव्या जोमाने पुन्हा उभी रहाणार.

माझ्या मनाने मनाशीच बांधली आहे खूणगाठ.
आता पुन्हा नाही चुकणार कधीच मी वाट..
आता नको कोणाची साथ, संगत आणि आधार.
मी स्वतःच स्वतःची मार्गदर्शक बनणार....

करून मनाशी पक्का इरादा,मी पुढे जात राहणार.
माहेरच्या संस्काराची शिदोरी बरोबर घेऊन जगणार.
शब्दांवर आरूढ होऊन करेन आयुष्याचा प्रवास.
शब्दांवाटे च घेईन मी अखेरचा श्वास.......

सौ. मानसी संतोष वैद्य

मनस्वी

आज माझे मरण मी स्वप्नात पाहिले,
आज माझे मरण मी स्वप्नात पाहिले,
अन्!काळजात धस्स झाले.
विचार आला मनात,
अर्धे आयुष्य सरत आले आणि,मी काय केले?
आई बाबांची लाडकी लेक झाले,
नवऱ्याची प्रेमळ बायको झाले,
लेकरांची आदर्श आई झाले,
नात्यांच्या गोतावळ्यात स्वतःला गुरफटून घेतले,
पण मी स्वतःसाठी काय केले?
आहे कुठे माझी ओळख?
पण आता नाही....आता खरंच नाही,
मरणाला ही सांगितले थांब बाबा जरा,
मला माझे होऊन जगुदे,
पंखात भरारीचे बळ नसेलही कदाचित,
पण उडण्याचा प्रयत्न तरी करुदेत.
मनाशी झुंज देऊन सावरेन मी स्वतःला ,
शब्दांवर आरूढ होऊन फुलवेन मी मनाला,
मरण जरी मी पाहिले असेल स्वप्नात ना तरी,
वास्तवात तेच शिकवेल जगायला...
कारण आता मी ओळखले आहे स्वतःला,
कारण आता मी ओळखले आहे स्वतःला....

आयुष्यावर बोलू काही....

आयुष्याची प्रत्येकाची,
परिभाषा वेगळी..
कोणाच्या आयुष्यात,
मखमली पायघड्या.
कोणाच्या आयुष्यात,
काटेरी डोंगर , दऱ्या.
काहींचे आयुष्य,
सहज ,सोपे,सुंदर....
काहींचे आयुष्य,
तितकेच खडतर..
काहींना मिळते,
मनासारखी साथ..
काहींचा असतो नुसताच,
हातात हात....
काहींच्या आयुष्यात,
दुःखांचे प्रहार..
काहींच्या आयुष्यात,
सुखाचेच तुषार..
काहींच्या आयुष्यात,
नात्यांचा गोतावळा,
काहींच्या आयुष्यात,
एकटेपणाचा सोहळा...
मात्र सगळयांच्या आयुष्यात,
असतो एक समान धागा..
कोणी नाही घेऊ शकत..
याच्याशी पंगा....

सौ.मानसी संतोष वैद्य

ते असते आपले मरण..
ते असते आपले मरण.....

आता जमतंय मला

पाहिले मागे वळून ,
आयुष्याचा लेखाजोगा
पडताळून..
खूप काही हरवले,
खूप काही हरले,
कधी तरी जिंकले ही..
पण जिंकण्याचा उत्सव
नाही केला कधी...
नाही मिळाली वाहवा कधी..
त्याचे अवडंबर माजवले नाही कधी...
शांत राहिले,स्थिर राहिले..
जगत राहिले प्रत्येक क्षण..
शब्दांना बनवले पाठीराखा..
आणि त्यांच्याशी च मारल्या गप्पा..
शब्दांतून च निसर्गाला घेतले कवेत..
नद्या,नाले, पाने फुले ,डोंगर, दऱ्या...
याच बनल्या सोबती खऱ्या...
माझीच सखी बनून मी स्वतःशीच
बोलू लागले,हसू लागले,रडू लागले..
नैऱ्याशेचा गाळ खाली बसून..
वर स्वच्छ नितळ..अंतरंग दिसू लागले..

53

मधुगंध (काव्य संग्रह)

आता त्या अंतरंगा च्या डोहात विहार
करणे जमतंय मला...
क्षणभंगुर असेल आयुष्य जरी..
युगसमान जगणे आता जमतंय मला...

आनंदाचे झाड

आनंदाचे झाड मी लावले परसदारी.
सदा बहरलेले असते, कोणी किती ही केली दुनियादारी.
स्वतःच्या मनासारखं वागावं,पण समाजाचे भान ठेऊन.
सकारात्मक विचारांची असते ही किमयागारी.

कोणाला बदलण्यापेक्षा , स्वतःला बदलावं.
थोडी शी माघार घेऊन, परिस्थिती ला सावरावं
खूप असतात मागून बोलणारे,वाभाडे काढणारे.
पण त्यांच्याशी ही आपण प्रेमानेच बोलावं.

कधी कधी होतो ना मानाचा उद्रेक.
तेव्हा शब्द सांगतात आपल्याला माझे ऐक.
मग एक एक शब्द काळजातून उमटतो.
आणि कविता जन्माला येतात कैक.

मनस्थिती बदलली की परिस्थिती बदलते.
मग नेहमीच आनंदी राहिले तर कुठे बिघडते.
संकटे येतात,जातात... दुःख करत बसण्यात काय मजा.
आनंदाच्या झाडाला मारा फेऱ्या, बघा किती मजा येते.

सौ.मानसी संतोष वैद्य

इगो

कधी कधी का इतके,
टोकाचे वागतात लोकं.?
नात्यापेक्षा आपल्या इगोला,
मोठं करतात लोकं.
आयुष्याचा आहे का नेम तुम्हीच सांगा.?
मग तू तू मैं मैं मध्ये का अडकता सांगा.?
स्वतःहून जरा माघार का घेत नाहीत लोकं?
कधी कधी.....टोकाचे वागतात लोकं?
कधी कधी वेळ निघून जाते,
आणि येते पश्चातापाची पाळी.
हसत्या खेळत्या नात्याला लागते,
अहंकाराची काजळी.
पण तरीही चिकटलेला अहंकार,
झटकून का टाकत नाहीत लोकं..?
कधी कधी.....टोकाचे वागतात लोकं.?
नाते मग कोणतेही असो,
प्रेमाचे,मैत्रीचे,रक्ताचे...
नका येऊ देऊ इगो ला मध्ये.
विनाकारण का नैराश्यात जातात ही लोकं.?
कधी कधी.....टोकाचे वागतात लोकं.?

सर्वसाधारण स्त्रीचा प्रवास कसा असतो याचे थोडक्यात वर्णन. आता परिस्थीती बदलली असली तरी काही ठिकाणी अजून स्त्री चा संघर्ष चालूच आहे.

"ती" चा संघर्ष.

सुरू होतो ती चा संघर्ष,
अगदी आईच्या गर्भात असताना,

ती सुखरूप जगात येईल की नाही,
याचीच शाश्वती नसते जन्म घेत असताना...

आलीच जरी जन्माला तरी बंधने मागे लागतात.
यावे लागते तिला सात च्या आत घरात.

यौवनात पदार्पण केल्यावर अडकते लग्नाच्या बंधनात.
तिथेही सगळ्या मर्यादा तिलाच जपाव्या लागतात.

मुले झाली की स्वतःचे अस्तित्व विसरून,
त्यांच्या विश्वात रममाण होते.
आयुष्याच्या उत्तरार्धात नातवंडांना सांभाळते.
असेच स्वतःचे आयुष्य ती पणाला लावते.
आणि स्वतःसाठी काही न करता एक दिवस,
अनंतात विलीन होते.

सौ.मानसी संतोष वैद्य

तुम्ही जरा विचार करा

जगात कमी नाही,
ढोंगी लोकांची.
ओरबाडतील, लुटतील
लक्तरे मनाची.

संसार ज्यांचे मोडकळीचे.
चढविती खऱ्याचे खोटे मुखवटे.
मारिती खुशाल फुशारक्या
दाविती खिशाला उगाच फुगवटे.

किती दिवस चालणार हा खेळ सारा.
कधी ना कधी होईल पश्चाताप खरा.
घेऊ नका तुम्ही कधी कुबडी खोट्याची.
पेटता निखारा जणू तुम्ही घेताय करा

जे आहे ,जसे आहे,त्याचा स्वीकार करा
कफल्लक असू जरी,सत्याची कास धरा.
यमसदनी जाताना रितेच जावे लागते.
लोकहो याचा तुम्ही जरा विचार करा.......
लोकहो याचा तुम्ही जरा विचार करा.......

एक उमललेली कळी

एक नाजूक कळी,
आकार घेते गर्भात.
नऊ महिने वाढते,
आणि येते या जगात.
नेहमीच या कळीचे,
स्वागत होते असे नाही.
नेहमीच तिला,
गोंजारले जाईल असे ही नाही.
तरी ही ती उमलू लागते.
सुगंध बनून दरवळू लागते.
कोणाला ती आवडू लागते,
कोणाच्या नजरेत भरू लागते.
आता कळीचे फूल होते.
सगळ्यांनाच ते हवे असते.
काहींना प्रेमाने हुंगायचे असते,
काहींना कुस्कुरून फेकायचे असते.
तरीही फुलाला जगायचे असते.
कायम दरवळत राहायचे असते.

सौ.मानसी संतोष वैद्य

एक अशी बाई जी आपल्या दारू पिणाऱ्या नवऱ्या चे सगळे काही करते,तरीही रोज शिव्या खाते, मार खाते,मग कधीतरी तिचा संयम संपतो,आणि ती बाहेर पडण्याचा निर्णय घेते.

निर्णय.

आज पुन्हा तो नशेत.
पाऊल दारात अडखळत.
उग्र दर्प तो दारूचा
शिरतो तिच्या नाकात.

तिला ढकलूनी आत.
तो शिरतो घरात.
नीटनेटक्या घराचा मग
होतो कायापालट

वाढून आणते ती ताट.
तो घालतो तिला लाथ.
कळवळते तरी उठते.
सहन करते आघात.

अन्न पडते अस्ताव्यस्त
तिचे मन ही असते विखुरलेले.
गोळा करते शिते भाताची.
आयुष्य मात्र विस्कटलेले

मधुगंध (काव्य संग्रह)

ती सावरते स्वतःला.
गिळते आवंढा गळ्यातला.
आणते ताट वाढून दुसरे.
दोष देत नशिबाला.

अर्धे खाली,अर्धे तोंडांत.
कसे बसे तो जेवतो.
हे काय जेवण आहे म्हणून,
दोन ,चार शिव्या ही हासडतो.

तिला हुंदका येतो दाटून.
येते माय,बापाची आठवण.
सहन करते सगळे.
हीच त्यांची शिकवण.

पण आता मात्र तिचा बांध फुटतो.
जीव नकोसा,नकोसा होतो.
ओरडते ती जिवाच्या आकांताने.
जेव्हा त्याच्यातला पशू जागा होतो.

ठरवते ती मनाशी पक्के.
या घरातली ही शेवटची रात्र.
उगवेल नव्याने उद्याचा दिवस.
होईल आयुष्याची नव्याने पहाट.

सौ. मानसी संतोष वैद्य

कोरोनामुळे जवळपास सगळ्यांना सक्तीची विश्रांती मिळाली खरी...पण किती जणांनी त्याचा सदुपयोग केला माहिती नाही. आता पुन्हा सगळे पूर्वपदावर येईल अशी आशा.पण कोणी निवांत असा क्षण अनुभवला का...कसे आहे माणसाचे जीवन...आणि कसे असायला हवे...थोडक्यात.

एक निवांत क्षण.

नका रे धावू पायाला भिंगरी लागल्यासारखे
निवांत असे दोन क्षण शोधा विसाव्याचे.

किती ही असले तरी कमीच असते.
आनंदाने जगण्याचे राहून जाते.

चढाओढी च्या शर्यतीत कुठवर धावणार.
मन मारत मारत कुठवर जगणार.

जगण्याला काहीतरी अर्थ असू द्या.
आनंदाचे कारंजे चेहऱ्यावर फुलू द्या.

गवसेल हळू हळू खऱ्या जीवनाचा अर्थ.
मनुष्य जन्म मग होईल खऱ्या अर्थाने सार्थ.

आला श्रावण

हिरवा पिसारा फुलवीत,
वसुंधरा सजली.
पर्णोपर्णी थेंब मोतीचे,
अलवार ओघळती

व्रत वैकल्ये,
सण समारंभ.
सात्विक भोजन,
सुवासिनी नटती.
अवचित फेर,
धरतो पाऊस.
सरीवर सरी,
या बरसती.

रूप सृष्टीचे
मोहक सुंदर.
डोळयात साठवूनी,
मन ही मोहरती.

आला श्रावण,
आला श्रावण,
पक्षी ही मग,.
गुंजारव करती.

सौ.मानसी संतोष वैद्य

सावली

मन पांघरून घेते ,
सुखाची दुलई.
आत खोलवर असते,
दुःख साठलेले.
बोलते मी माझ्याशीच ,
,करते मीच माझे सांत्वन.
साठलेल्या,गोठलेल्या दुःखाना,
मीच मूठमाती देते.
मला आवडतच नाही ,
दुःख कुरवाळत बसायला.
असले जरी ते मनाच्या,
खोल खोल गाभाऱ्यात.
येते कधी तरी उफाळून,
मग मी माझ्या शब्दांच्या,
हातात सोपवते त्याची दोरी.
आणि जन्माला घालते काही अपत्य,
कवितेच्या रूपाने.
सांभाळतात माझी बाळं मला,
मनाच्या प्रत्येक अवस्थेत सावली सारखे.
मी ही त्यांचेच बोट धरून चालते आता.
आणि चालत राहेन अखेरच्या श्वासापर्यंत.
आणि चालत राहेन अखेरच्या श्वासापर्यंत.

मधुगंध (काव्य संग्रह)

एक चित्रपट पाहिला" प्रवास "नावाचा.अगदी आजच्या विषयाला अनुरूप असा चित्रपट.अशोक सराफ जी आणि पद्मिनी कोल्हापुरे यांच्या मध्यवर्ती भूमिका असणारा.यात अशोक जी यांच्या दोन्ही किडन्या निकामी झालेल्या असतात आणि आठवड्यातून दोनवेळा त्यांना डायलिसिस करावे लागत असते

एक दिवशी त्यांच्याच वयाचा माणूस हातगाडी वर भरपूर वजन ओढताना त्यांना दिसतो.त्याच्याशी बोलल्यावर अशोक जी यांना कळते की तो माणूस स्वतःचे दुखणे बाजूला ठेऊन घरासाठी ओझी वाहत होता.त्यांना कळून चुकते की जसे माणूस जन्म घेतो तसे एक दिवस मरून जातो.पण मरणा आधी आपले नाव मागे उरेल असे काहीतरी करून जावे.मग ते आपल्या गाडी ला रुग्णवाहिका बनवतात आणि लोकांची सेवा करतात.लोक त्यांना 'अंबुलन्स Man" म्हणुन ओळखतात.खूप भावस्पर्शी चित्रपट....
मला इतकेच सांगावसे वाटते.....

क्षणभंगुर आयुष्य.

क्षणा मागुनी क्षण हे जातील
दिवसा मागुनी दिवस ही जातील.

वर्षा मागून वर्षे ही सरतील.
परी कधी न कळेल दिन सरणावरील .

करावा सोहळा प्रत्येक क्षणाचा.
सडा पडू द्यावा अंगणात चांदण्यांचा.

पावसाला ही हळूच कवेत घ्यावे.
हिरव्यागार सृष्टीत ,हिरवे होऊन हरवावे.

सौ.मानसी संतोष वैद्य

नात्यानाही वट वृक्षापरी बहरू द्यावे.
आयुष्याला एक उद्देश देऊन जगावे.

तो पूर्ण करण्या नेमाने यत्न करावा.
आयुष्य हे क्षणभंगुर,फुका गर्व नसावा.

प्रत्येक क्षण शेवटचा असे जगावे..
मृत्यू नंतरही नावरूपी उरावे.

राधा कृष्णाचे नाते सगळ्यांना माहिती आहे पण कुब्जा विषयी खूप कमी लोकांना माहिती आहे
तिचे पण कृष्णावर तितकेच प्रेम होते...काय होते त्यांचे नाते बघा..

कृष्णमय कुब्जा

ती सौंदर्याची धनी परी होती कुबडी.
कंसाच्या दरबारातील दासी बापडी.
चंदन,फुले सुवासिक अर्पित असे कंसाला.
कळले हे तेव्हा मुरली मनोहर कृष्णाला.
मथुरेस आला जो यमसदनी धाडाया कंसाला.
पुससी कुब्जेला ,चंदन ,फुले अर्पितेस का मजला.
देऊनी साफ नकार,गेली निघून ती मानी.
नव्हते माहीत तिजला,कृष्ण तिन्ही जगाचा स्वामी.
कृष्णाने पुन्हा पुन्हा केली मनधरणी.
कुब्जा ला पण नंतर भासे मंजुळ प्रभू ची वाणी.
तिलक लावाया गेली, परी ती मुळातच कुबडी छोटी.

नाही लावू शकली तिलक ती प्रभूच्या ललाटी.
पायावर तिच्या दोन्ही पंजे ठेऊनी धरून उठविले हनुवटी.
गेले कुबडे पण , लाविले मग भाळी चंदन,होऊन सोदर्यवती
प्रेमरसाने तृप्त जाहली,पुलकित जाहले गात्र..
नाते तिचे आणि भगवंताचे कळले ना कोणा मात्र.
नाते तिचे आणि भगवंताचे कळले ना कोणा मात्र.

लायब्ररी

खजिना असतो पुस्तक रुपी आयुष्याचा.
किती अन कोणते वाचावे,संभ्रम मनाचा.
ज्ञानाचे अखंड स्त्रोत म्हणजे लायब्ररी.
माझ्यासाठी दुसरे घर म्हणजे लायब्ररी....
अधाशा सारखा फडशा पाडावा पुस्तकांचा.
मनाला भावेल त्या साहित्य प्रकाराचा.
वेळ काळ विसरायला लावते ती लायब्ररी.
माझ्यासाठी दुसरे घर म्हणजे लायब्ररी.

शांत मनाने करावे पठण,चिंतन, मनन.
समृद्ध व्हावे ज्ञान करून संपादन.
माझे अगदी घट्ट नाते म्हणजे लायब्ररी.
माझ्यासाठी दुसरे घर म्हणजे लायब्ररी.

आजकाल कोणाला वेळ च नसतो लायब्ररी त जायला.
वाचनच खुंटले आहे, मोबाईल जो आहे वेळ घालवायला.
मला मात्र अजूनही आपलीशी वाटते ती लायब्ररी.
माझ्यासाठी दुसरे घर म्हणजेच लायब्ररी.

आषाढी एकादशी...पण या वर्षी वारी नाही...(कोरोना काळ)पांडुरंगाला दिलेली आर्त हाक कवितेतून मांडण्याचा छोटासा प्रयत्न.

पांडुरंगा

पंढरीनाथा, पांडुरंगा,
यंदा नाही तुझी वारी.
यंदा नाही फुलणार,
भक्तीचा मळा...
वाईट वाटतयं खरं,
पण करणार तरी काय बरं,
तुला ही नसेल ना रे करमत,
वारकरींच्या भेटीशिवाय,
पण आम्हाला मात्र तू भेटलास,
जागोजागी,प्रत्येक ठायी.
कधी डॉक्टर,परिचारिकांच्या रुपात,
कधी पोलीस आणि जवानांच्या रुपात,
इतकेच काय साफसफाई कामगारा मध्ये,
ही तूच होतास की..,काळजी घेतोस आणि,
घेतच राहशील,
या वर्षी राहुदे बाबा येणे आमचे,
तू तर आहेस चराचरात व्यापलेला,मग डोळे मिटून,
आहे तिथेच तुझे दर्शन घेऊ.
अठ्ठावीस युगे कमरेवरचे हात काढले नव्हते तू,
पण या संकटाच्या वेळी ,
आमच्यातला च बनून राहिलास,

मधुगंध (काव्य संग्रह)

खूप काही सोसलेस देवा तू पण...
पुढच्या वारीपर्यंत नक्की सगळे छान असेल,
परत वारकऱ्यांच्या भक्तीचा मळा फुलेल,
पण गर्दी चा संसर्ग मात्र टळलेला असेल.
चंद्रभागा ही स्वच्छ ,निर्मळ होऊन सर्वांचे स्वागत करेल.

मनाची सुंदरता

आज विचार केला,
की मनाला न्हाऊ,
माखु घालू..
त्याला गोरं गोमटं करू.
सुंदर करू.
पण कसे करणार..
मन तर विषय विकारांनी,
बरबटलेले आहे.
राग, लोभ,मत्सर,
द्वेष,यांनी पोखरले आहे.
नकारात्मक विचारांची ,
जळमटं धरलेली आहेत.
अक्षरशः कचऱ्याचा डब्बा,
करून ठेवला आहे.
मग आधी ही जळमटे,
साफ करावी लागतील,
तिथे सकारात्मक विचारांची ,
फवारणी करावी लागेल.
पोखरलेली जागा,

सौ.मानसी संतोष वैद्य

प्रेम,माया, ममता,
समजूतदारपणा याने ,
लेपून काढावी लागेल.
मग कुठे कचऱ्याचा डब्बा,
झालेले मन रिकामे
होईल, त्याला किती
निकोप, आणि निरामय ठेवायचे
हे तुम्हाला ठरवायचे आहे.
आणि मग मन सुद्धा वागेल,
तुम्हाला हवे तसे.

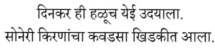

एक हसरी प्रसन्न सकाळ असली की पूर्ण दिवस कसा छान जातो.जरा निसर्गाकडे पाहून दिवसाची सुरुवात केली की सगळे कसे सुंदर वाटायला लागते....वाचा कसे ते.

हसरी सकाळ.

पर्ण सुमने ओल्या दवात न्हाली.
पाहून आज सकाळ हसरी झाली.

पक्ष्यांचा मंजूळ किलबिलाट.
जणू भासे संगीताचा पाठ..

दिनकर ही हळूच येई उदयाला.
सोनेरी किरणांचा कवडसा खिडकीत आला.

मधुगंध (काव्य संग्रह)

मेघ सावळे विरून गेले..
आकाश शुभ्र निरभ्र झाले..

मनातले ही मळभ दूर झाले.
चैतन्य , उत्साहाने भरून गेले.

फक्कड चहा घेउनी दिवसाची सुरुवात करेन.
आजचा दिवस मस्त जाईल असे रोजच म्हणेन..

नाते तुझे नि माझे

नाते तुझे माझे हे कसले...
आहे हे शब्दांच्या पलीकडले.
भाव तुझ्या डोळ्यातले,
अलवार मी टिपले.

अबोल माझी ही प्रीती,
जणू सागराला सरितेची मिठी.
जिवनी इंद्रधनू चे रंग पसरती,
मन माझे मोहरुन जाती.

शहारते काया जेव्हा होतो मनास,
तुझ्या असण्याचा आभास.
वाटे हवा हवा सा तुझा सहवास,
विरघळून जावे तुझ्या श्वासात माझा श्वास.

तुझे असणे म्हणजे अस्तित्व माझे.
तुझे हसणे म्हणजे खुलणे माझे,
तुझ्या सोबत असण्यानेच माझ्या जीवनाला अर्थ आहे.
नाहीतर सारे काही व्यर्थ आहे.

माझिया मनी

ही नक्षत्रांची रात्र,हा चांदण्याचा संग.
हळुवार घे टिपून तू माझा अंतरंग.

या रम्य अशा वेळी घे भेद मनीचा जाणून.
ओठांवरील शब्द रहातील ओठात जपून.

का होई मन हे अधीर? का उठती हे तरंग?
का तुझ्या मनात नाही माझ्या मनातले रंग?

का मनातले माझ्या तुला अजून ही कळेना?
ही प्रीत बावरी का तुझ्या मनी फुलेंना?

जाईल रात्र ही सरून,संपेल हा एकांत.
चाहूल लागली मनाला का झाली ही पहाट?

तुझ्यावर जीव जडला

अचानक झालेली तुझी पहीली भेट..
भेटीचे रूपांतर प्रेमात थेट..
मग जुळल्या साता जन्माच्या गाठी...
मी तुझी अन् तु फक्त माझ्यासाठी..

ना लग्नात अडथळा..ना बराच गोतावळा..
बस तुझ्या नि माझ्या प्रेमाचा सोहळा...
संसाराच्या वेली वर दोन फुलांचा हिंदोळा...
बघता बघता वीस वर्षांचा काळ ही ओसरला..

अजूनही दोघांत ओढ तितकीच आहे...
मनाच्या गाभाऱ्यात प्रेम तितकेच आहे..
प्रेमाच्या अंगणात चांदण्यांचा सडा आहे शिंपिला..
साजणा तुझ्यावर जीव जडला...
साजणा तुझ्यावर जीव जडला...

प्रेमात सर्व काही माफ

प्रेमात सर्व काही माफ असतं.
हे त्यालाच जमते ज्याचे मन साफ असतं.
राग, रुसवा,वाद विवाद,भांडणे सगळ्या नात्यात असतात.
पण या सगळ्या ला सुद्धा एक विशिष्ठ माप असतं .

भांडणे विकोपाला जाऊ नये इतके आपण बघायचे असतं.
ताणून ताणून तुटणार नाही इतके मात्र जपायचे असतं.
सगळे विसरून माफ करायला शिकायचे असतं.
पण हे त्यालाच जमते ज्याचे मन साफ असतं.

सौ.मानसी संतोष वैद्य

होकार

आयुष्याच्या अशा वळणावर
ती त्याला भेटते...
जेव्हा त्याच्याकडे सगळे असते..
एक छानसे कुटुंब असते..
सगळा ऐशो आराम असतो..
पण कुठे तरी काही तरी कमी असते.
त्याला हवा असतो एक विश्वास,
त्याला हवी असते मोकळे होण्यासाठी
एक हक्काची जागा खास...
कदाचित तिलाही तेच हवे असते..
भावनांचे कप्पे उलगडले जातात..
काही न बोलताही खूप काही,
बोलून जातात...
त्याला फक्त अपेक्षा असते होकाराची..
गरज असते ती फक्त एका साथी ची..
जी म्हणेल मी आहे रे तुझ्यासोबत...
जोडीदारा पेक्षा असेल वेगळे हे नाते.
आणि त्याचा विश्वास खरा ठरतो..
जेव्हा ती निखळ मनाने हो म्हणते..
असे असते मैत्री चे हे अनोखे नाते...

मितवा

सतत वाटते की,
तू माझ्याकडे पहावं
माझ्याशी बोलावं,
माझ्यातच हरवून जावं.
क्षणा क्षणात फुलणारे प्रेम,
कणा कणात विरघळत जावं
मनाला वाटणारी ही अनामिक ओढ,
कधी संपू च नये असे वाटते.
प्रेमाची ही नशा,
कधी उतरूच नये असे वाटते.
तुझ्या नजरेने टाकलेला खट्याळ कटाक्ष..
अंगावरील रोमांच देतील प्रेमाची साक्ष...
कधी रे भेटशील तु?
सांग कोणा धाडू मी सांगावा..
तू ही रे माझा मितवा....
तू ही रे माझा मितवा......

सौ. मानसी संतोष वैद्य

अशा नात्याला काय नाव द्यावे

अशा नात्याला काय नाव द्यावं
नात्यांच्या पलीकडचे ते नाते व्हावं.

वाटते तासनतास कोणाशी तरी बोलावं.
हृदयाचे एक एक पान त्याच्या समोर उलगडत जावं.
ना मनावर दडपण असावं, ना अपेक्षांचे ओझे असावे.
नाते मात्र एका मनातून, दुसऱ्या मनात झिरपत जावे.

सुखी संसार असतो, नसते कसलीच कमी.
पण तरीही त्या नात्या साठी असतो एक कप्पा रिकामी.

अशा नात्यांमध्ये काही गैर नसते.
चार क्षण सोबत असावं, यात काही स्वैर नसते.

नका अडकवू अशा नात्यांना नावाच्या बंधनात.
रुजू द्या, फुलू द्या हे ही नाते आयुष्याच्या अंगणात.

क्षणभंगुर असे क्षण

आज जुन्या जखमेवरची ,
खपली निघाली आणि,
आठवणी भळाभळा,
वाहू लागल्या..
वेड्यासारखे प्रेम केले,
होते तुझ्यावर..
क्षणभंगुर होते ते...
पण मनापासून होते..
तुझेही आणि माझे ही...
आणाभाका, शपथा,
तू ही घेतल्या होत्या,
आणि मी ही..
मग काय असे झाले?
की सोडून निघून गेलास..
परत कधी ही न येण्यासाठी..
मी वाट पाहिली पण ,
आला नाहीस तू.
मी पण मनाच्या एका ..
कप्प्यात, तुझ्या आठवणींना,
जागा देऊन तो कप्पा पूर्णपणे,
बंद केला होता..कधी ही न,
उघडण्यासाठी....
पण आज अचानक तू दिसलास..
आणि क्षणभंगुर झालेले क्षण,
परत जिवंत झाले..
पण आता कायमचे मरण्यासाठी......

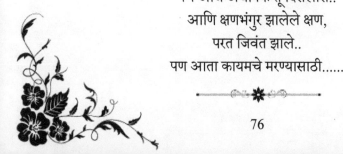

सौ. मानसी संतोष वैद्य

ऑनलाईन प्रेम

ऑनलाईन प्रेमात असते का ती हुरहूर?
बघता येते का, होताना लाजेने चूर चूर.?
समजा केलाच एखादा व्हिडिओ कॉल.
तरी हनुवटी उचलून मान वर करत उठेल का मनात काहूर?

कोरडे बोलणे, कोरडेच हसणे, नसेल त्यात प्रेमाचा ओलावा.
मग का करायचा ऑनलाईन प्रेमाचा बोलबाला.
नुसते रोज, रोज डीपी बदलायचे,
शब्द ही न लिहिता ईमोजी नी च सांगायचे.
भावनाशून्य, आणि अल्पकाळ टिकणारे हे प्रेम.
आजच्या पिढीसाठी एक करमणुकीचा आहे गेम.
याला खरे तर, खरे प्रेम म्हणुच नये.
शहाण्या माणसाने या असल्या फंदात कधी पडू नये.

(कोणाच्या ही भावना दुखावण्याचा हेतू नाही. फक्त सर्वसाधारण लोकांना काय वाटू शकते हे मांडण्याचा प्रयत्न आहे.)

कॉफी आणि बरेच काही

तुझे हे असच असतं
मला जेव्हा वाटतं,
तेव्हा तुला भेटायचं च नसतं.
मग मी ही जाते आणि बसते,
सिसिडी मध्ये तासनतास..
ऑर्डर करते एक केपेचीनो..
एका एका घोटाबरोबर,
आपल्या प्रत्येक भेटीचे,
विश्लेषण करत....
कॉफिच्या कडवट चवीप्रमाणे,
काही कडू आठवणींचे घोट घेत...
खूप वेळ निघून जातो,
आठवणी काही संपत नाहीत.
मग कॉफीचा शेवटचा घोट घेते,
आणि निघते पुन्हा परत येण्यासाठी,
या आशेवर की कदाचित,
त्या वेळेला कॉफी बरोबर तू ही असशील....

सौ.मानसी संतोष वैद्य

आठवणीतील शेवटची भेट

मला आठवते आहे,
आपली शेवटची भेट.
खूप रडली होतीस तू,
आणि मी निःशब्द,
मौनच आपला संवाद होता.
आणि हातात हात धरला होता,
शेवटचा,पुन्हा कधी न धरण्यासाठी.
तू लग्नाला नकार दिलास,
आणि मी तुटलो..
खूप राग आला होता तुझ्यावर,
पण का कोणास ठावूक ,
नाही रागावलो...
तू कारण ही सांगितले नाहीस.
थोडा वेळ तसेच बसलो ,
आणि निघालो.
पंधरा दिवसांनी कळले,
तू गेलीस...कायमची.
मलाच नाही सर्वांना सोडून.
तुला खूप बोलायचे होते,
पण तू बोलली नाहीस.
मला ही वाटले ,
बोलायला हवे होते.
आता काहीच उपयोग नाही.
फक्त तुझी आठवण मात्र,
मनाच्या कप्प्यात जपून,
ठेवली आहे कायमची.

प्रेम कोणावर करावं याची जर यादी बनवायला बसलात तर दिवस पुरायचा नाही.पण तेच जर प्रेम कशावर करू नये म्हटले की पटकन सांगता येणार नाही.हीच तर आयुष्याची गम्मत आहे.प्रेम करण्यासाठी अगणित गोष्टी आहेत पण माणूस नेहमी ज्याच्यावर करायचे नाही त्याच गोष्टींवर नेमका करत असतो.कोणत्या कोणत्या पहा.... आत्मपरीक्षण करून पाहा आपण नेमकं काय करतो.

प्रेम माणसांवर करावं.

प्रेम माणसांवर करावं.
माणसानं मधल्या वाईट,
प्रवृत्ती वर करू नये...
प्रेम माणसांवर करावं
माणसानं मधल्या वाईट,
विचारांवर करू नये.
प्रेम माणसांवर करावं,
माणसानं मधल्या खोटारडे,
पणावर करू नये.
प्रेम माणसांवर करावं,
त्यांच्यातल्या रागावर
करू नये.
प्रेम माणसांवर करावं
पण त्यांच्यातल्या पाशवी वृत्ती वर
करू नये.
प्रेम श्रद्धेवर करावं
अंधश्रद्धेवर करू नये.
प्रेम खऱ्या शत्रूवर देखील करावं,

सौ.मानसी संतोष वैद्य

पण पाठीत खंजीर खुपसणाऱ्या
मित्रांवर करू नये.
प्रेम भरभरून स्वतःवर करावं,
पण आपल्या वाईट
सवयींवर करू नये(आळस,मद्यपान,धूम्रपान.....)
कठीण असले तरी
प्रेम जगण्यावरच करावं
सोपे असले तरी मरणावर करू नये.....

अस्तित्व

तुझ्या प्रत्येक निर्णयाला ,
मी होकार दिला.
माझे अस्तित्व नाकारून ,
मी फक्त तुलाच मान दिला.
घर, दार,मुले सगळे ,
सांभाळत राहिले.
हेच आद्य कर्तव्य,
म्हणून जगत राहिले.
आता कुठे केला होता,
निर्णय उडण्याचा.
स्वतःसाठी स्वच्छंद,
होऊन जगण्याचा.
यश ही मिळाले थोडे बहुत,
वाटले आता काळ पुढे जाण्याचा..
पण आज माझी भरारी ,

मधुगंध (काव्य संग्रह)

तुझ्या डोळ्यात सलते.
चूल आणि मूल यासाठीच माझे विश्व,
असे तुला वाटते.
तुझ्या डोळ्यातले भाव पाहून,
मी उडण्याचे विसरूनच जाते.
पुन्हा पंख छाटून टाकते
कधी ही न उडण्यासाठी......

ओल्या सांजवेळी..

सांजवेळ ही ओली.
नभी पसरली लाली.
काहूर माजले मनी.
आठवांची गर्दी झाली.

हा सागरी किनारा.
साक्ष आपल्या प्रेमाचा.
अजूनही दरवळतो गंध
तू दिलेल्या चाफ्याचा.

तू नसताना होतो,
तू असण्याचा भास.
प्रेम म्हणू की वेड हे,
की अजून काही खास.

सौ.मानसी संतोष वैद्य

गंधाळल्या रात्रीस,
तू येण्याची आस.
विरघळूदे मग,
श्वासात आपले श्वास.

मधुगंध (काव्य संग्रह)

आज मी उंबरठा ओलांडला

आज मनाच्या घरात
जरा डोकावले
कचरा च होता...
सगळीकडे...
पहिल्याच खोलीत होते...
नैराश्याचे जाळे..
झटकले जरा..
आले दुसऱ्या खोलीत..
इथे होती जळमटे भीतीची.
त्यांनाही साफ केले..
तिसऱ्या खोलीत आले..
रागाच्या भिंती होत्या..
हसत होत्या फिदीफिदी
माझ्यावर..
जणू केली होती त्यांनी
कुरघोडी माझ्यावर..
या भिंतीनाही पुसले जरा..
आणि आले शेवटच्या खोलीत..
इथे मात्र थोडा चांगुलपणाचा
प्रकाश दिसला..
मग ठरवले मनाने..
बाकीच्या तीन खोल्याना..
लावले कायमचे कुलूप...
त्यांचा उंबरठा ओलांडून
आले वास्तव्याला..

सौ.मानसी संतोष वैद्य

चांगुलपणाच्या खोलीत..
इथे मात्र मोकळा श्वास
घेतेय...

प्रणयगंध

मेघ सावळे दाटले नभात
बरसतील सरी माझिया अंगणात...
पाऊस म्हणजे सख्या तुझी आठवण.
झाला चिंब हा देह,आणि अधीरता मनात...

आता लावू नकोस उशीर...
लागली मनी ही हुरहूर..
पसरु लागले साम्राज्य काळोखाचे..
हृदयी उभे सावट हे भितीचे...

पावसा थांबव तुझी रिपरिप..
बघू कोणाचे वाजले पाऊल..
अरे हा तर साजण माझा..
लागली त्याचीच चाहूल...

ओल्या चिंब देहातुनी...
प्रणयगंध हा परीमळे.
गाली आली लाली...जेव्हा कळले...
स्वप्नची हे सगळे
स्वप्नची हे सगळे....

मधुगंध (काव्य संग्रह)

दोघांचा उंबरठा

अग तुला काय कळतं, तू तर
उंबराच्या आत च असतेस
कामच काय असते तुला..
डब्बे करणे, मुलांचा अभ्यास घेणे.
कामाला तर बाई पण आहे...
मला किती व्याप असतात,
वरिष्ठांची बोलणी खावी लागतात..
किती टारगेटस पूर्ण करावी लागतात..
तुला काय कळणार म्हणा
तू तर उंबराच्या आत च असतेस.
पगार वाढ नाही, प्रमोशन नाही..
महागाई ला तर तारतम्य च नाही..
पण तुला तर पैसे देतो ना वेळेवर..
तुला तर फक्त घरचं तर चालवायचे असते...पण
तुला काय कळणार म्हणा...कारण
तू तर उंबऱ्यच्या आत च असतेस.
आता मात्र तिचा धीर सुटू लागतो...
करते त्याला ती आव्हान..
उद्यापासून तू घरी रहा..,
मुलांचे सगळे पहा..
तो ही आनंदाने तयार होतो..
एका निश्चयाने ती उंबरठा ओलांडते
स्वतःच्या हिमतीवर काम मिळवते...
पण याचा आनंद मात्र एका दिवसातच ओसरतो..
कळते त्याला उंबराच्या आत राहण्याची ताकत..
तो तिची माफी मागतो...आणि
अधून मधून उंबराच्या आतले पण जग अनुभवतो...

86

सौ.मानसी संतोष वैद्य

गोंडस हास्य

नभात नभ मिसळती,
अमृत धारा बरसती.
तुझे गोंडस हास्य जीवनी,
चांदणे होऊन शिंपिती.

हाताचा पाळणा करून तुला जोजावणे,
चंद्रकले प्रमाणे तुझे हळू हळू वाढणे ,
तुझ्यातच माझे मी पण विरून जाणे.
तुझ्यामुळेच लाभले मला मातृत्वाचे लेणे.

झालेय आता तुझे तारुण्यात पदार्पण.
गोंडस हास्य मात्र जपलेस तू आजपण.
तुझे हास्य च तर आहे माझ्या जगण्याचे बळ.
कदाचित असेल हे गतजन्मी

संसार गाडा

नवरा बायको म्हणजे,
संसार रुपी गाड्याची,
दोन चाके..
एक डळमळीत झाले,
तर दुसऱ्यांनी सावरायचे असते.
संवादाची पेरणी करून,
सुखाचे पीक उगवायचे असते.

मधुगंध (काव्य संग्रह)

हेवे दावे सोडून एकत्र,
नांदायचे असते...
एकाचा पारा चढला की,
दुसऱ्याने शांत राहायचे असते..
कधी धरलाच अबोला तर,
एकमेकांना मनवायचे असते...
अपेक्षांची ओझी न लादता,
समजून घ्यायचे असते..
कोणतेही पूर्वग्रह मनात न ठेवता,
पारदर्शक राहायचे असते...
आणखी एक गोष्ट नक्की करायची असते,
आपल्या संसारात विष पेरणारे खूप असतात.
त्यांच्यापासून वाचायचे असते..
कारण यांच्यामुळेच संसाराला,
दृष्ट लागलेली असते.....

साता जन्माची गाठ

सप्तपदी चालून आले
तुझ्या अंगणी...
फुलवला संसार..
जपली मने..
नाही तक्रार..
नाही उणी धुणी..
फक्त प्रेमाची साठवण..
होती माहेरची शिकवण..

सौ.मानसी संतोष वैद्य

एकमेका समजून घेतले..
कधी न केले हेवे दावे...
विश्वासाने समजून घेतले
संसारातले बारकावे..
संसाराच्या वेली वर दोन
फुले उमलली
प्रेमात आपल्या आणखी
भर पडली..
बघता बघता दोन
दशके संपली..
अजूनही वाटते
प्रत्येक रात्र पहिली..
भाग्य माझे थोर..
लाभली सख्या तुझी साथ...
नाही सुटणार कधी ही
साता जन्माची गाठ....

संसार वेल

एक होता राजा
एक होती राणी..
आगळी वेगळी
त्यांची ही कहाणी.

राजा होता राजबिंडा
राणी एकदम सुमार..
तरी ही त्यांचे सुर जुळले.
पाहणाऱ्यांचे डोळे फिरले.

मधुगंध (काव्य संग्रह)

राजा घेऊन आला ,
राणीला आपल्या महालात.
दास, दासी,नोकर चाकर.
किती वर्णावा तो थाट..

वाटे राजा गुणी संस्कारी..
राणी सालस,आणि विचारी.
झाला संसार सुरू दोघांचा.
छान मेळ जमला आयुष्याचा.

बहरली संसाराची वेल..
आले वेलीवर एक फूल..
राजा हर्षला,राणी सुखावली.
नियतीची मात्र वेगळीच खेळी.

राजा म्हणाला राणीला..
खेळ तुझा संपला..
जे मज हवे होते ,मिळाले.
तुझे न काही काम आता उरले.

ऐकताच क्षणी,राणी कोसळली.
राजाची खेळी, आता तिला कळली.
वेली पासून फूल त्याने खुडले.
वेलीला त्या फेकून दिले.

सौ. मानसी संतोष वैद्य

रफू

एका जन्माची गाठ बांधली...
तर ती सुद्धा सैल होते आजकाल..
कशाला साता जन्माच्या गोष्टी करायच्या.
सत्यवान सावित्रीला कोणी पाहिले आहे..
कशाला वडाला फेऱ्या मारायच्या....
मारायच्या च असतील तर एकमेकांच्या,
मनात फेऱ्या मारा, बघा डोकावून,
गाठ बांधलेली सैल तर होत नाही ना,
तपासत रहा अधून मधून....
होत असेल सैल तर कापड बघा,
कुठे विरले आहे का..
वेळीच त्याला रफु घ्या करून..

नवरा बायकोचे नाते.

खूप कठीण असते,
नवरा बायको एकमेकांच्या
मनातले ओळखतील.
तसे झाले तर खूप
संसार तुटण्यापासून वाचतील.
नवरा बायकोचे नाते,
विश्वासावर टिकते,
मनातले ओळखण्यापेक्षा ,
मने मोकळी करावीत असे वाटते.

मधुगंध (काव्य संग्रह)

नुसताच संवाद नको तर सुसंवाद हवा.
नवरा बायकोच्या नात्यात,
मैत्रीचा दुवा मात्र नक्की हवा.
ओळखता आलेच जर मनातले,
तरी व्यक्त होणे गरजेचे आहे.
त्यासाठी नात्याची विण,
घट्ट करणे तितकेच जरुरी आहे.
अपेक्षा कमी ठेऊन, जे आहे जसे आहे
तसे स्वीकारले की जगण्यात मजा असते.
त्यामुळे नवरा बायकोचे नाते छान बहरत जाते.

आपल्या पतीची वाट पाहणाऱ्या पत्नीचे वर्णन करणारी ही कविता.बाहेर खूप पाऊस आहे आणि अजून तिचा साजण घरी आलेला नाही...तर तिच्या मनाची काय अवस्था होते वाचा.....

ओल्या सांजवेळी .

ओल्या सांजवेळी ,
जीव कातर कातर झाला.
मनात उठे एक अनामिक हुरहूर.
धीर ही मग सुटू लागला.

वेड्यासारखा पाऊस ही कोसळू लागला
आज जणू वैरी हा मज भासू लागला.
उंबऱ्या वरती उपडा पेला ही मग ठेविला.
अजून साजण परतुनी घरी नाही आला.

92

सौ.मानसी संतोष वैद्य

प्राजक्ताचा मंद दरवळ अंगणी.
नभी नाही उगवली एकही चांदणी.
तुळशी पाशी लावली मी सांजवात.
सख्या कधी रे येशील परतून सदनी?

लागली अचानक सख्याची चाहूल.
नक्की त्याचेच वाजले पाऊल.
पाहिला ओला चिंब देह त्याचा अन्,
मिठीत विसावले,शांत झाले मनातले काहूर.

केशरी सांजवेळ (अष्टाक्षरी)

केशरी या सांजवेळी,
तुलाच मी स्मरायचे.
कधीतरी कुठेतरी,
तुलाच मी भेटायचे.

हसून खळखळून,
तुलाही हसवायचे,
हसता हसता कधी,
आसवे लपवायचे .

हातात घेउनी हात
डोळ्यांनीच बोलायचे.
येईल सांज सरत.
मग निरोप द्यायचे.

पुन्हा होईलच भेट,
मना समजावयाचे.
फिरुनी सांजेची वाट,
पाहतच झुरायचे.

तू सांगशील? (पंचाक्षरी कविता.)

माझे जगणे.
माझे जागणे.
माझे हसणे.
माझे रडणे.
तुझ्याच साठी.

तुझाच छंद.
तुझाच गंध.
नयनी बंद.
आनंदकंद.
लागला मनी.

वेगळा नूर.
आगळा सूर.
लाजून चूर.
प्रीतीचा पूर.
तुझ्याच साठी.

सौ.मानसी संतोष वैद्य

रात सावळी.
उन्हे कोवळी.
मन मोकळी.
फुले पाकळी.
माझ्या अंगणी.

कसे आवरू,
कसे सावरू,
फुलपाखरू,
मनाचा वारू
तू सांगशील?
तू सांगशील?

स्वप्नांचा गाव (अष्टाक्षरी.)

तुझ्या निखळ हास्याने.
प्रितीची ही बाग फुले.
फुलातून दरवळे.
सुगंध हा परिमळे.

तू डोळ्यात पाहताना.
मन हरवून जाते.
आसपास असताना.
मन सुखावून जाते.

मधुगंध (काव्य संग्रह)

तुझ्या अस्तित्वात रे मी,
माझे अस्तित्व शोधते.
शिंपल्यातला मोती तू.
मी शिंपलाच बनते.

क्षितिजा पल्याड वसे.
आपल्या स्वप्नांचा गाव.
इंद्रधनुचा झोपाळा.
चुके काळजाचा ठाव.

तुझ्यात माझ्यात

तुझ्यात माझ्यात.
असेल जिव्हाळा.
म्हणून सजला.
प्रीतीचा सोहळा.

सावळ कातळ.
नितळ ही कांती.
उरी पेटवली.
प्रणयाची ज्योती.

अधरांवर हे.
अधर टेकले.
श्वासांमध्ये श्वास,
ते विरघळले.

रजनीकांत हा.
डोकावू लागला.
दुधाळ चांदणे.
बरसू लागला.

स्फुरते, फुलते.
प्रेमाचे भरते.
तुझीच होऊन.
मी माझी नुरते.

अंश

सांजवेळ मोहरुन येते.
तुझ्या आठवणींचा घोळका घेऊन..
अदृश्य, अस्पष्ट,अशी तुझी सावली,
माझ्यामध्ये जाते विरून..
अवघ्या चार दिवसांची आपली साथ..
देहाचे वळसे घेऊन जागवलेली रात..
अंकुरलेले बीज आकार घेते आहे हळूहळू..
पण ... रोपटे होऊन जगात आल्यावर,
कोठून देऊ त्याच्या अस्तित्वाच्या खुणा..
तुझ्या आठवणींच्या हिंदोळयावर झोके ,
घेऊन मी जगेन रे आयुष्यभर..
पण ..जगू देतील का ही श्वापदे आजूबाजूची,
की ओरबाडून टाकतील मला आणि,
माझ्या वेलीवरच्या फुलाला..

मधुगंध (काव्य संग्रह)

प्राक्तनला दोष देऊन तुझ्याकडे येणे होते रे,
माझ्या हातात.
पण जगात येऊ पाहणाऱ्या तुझ्या अंशाची ,
मी नाही ठरणार मारेकरी..
वीरगती प्राप्त झालेल्या वीराची पत्नी आहे मी,
तुझ्या अंशात तुझे अस्तित्व पाहणार मी..
काही केल्या हरणार नाही आणि,
तुझ्या अंशाला ही हरू देणार नाही मी...

बायको माहेरी जायला निघाल्यावर नवऱ्याला आनंद होतो.त्याला वाटते आता आपलेच राज्य.पण अगदी एका दिवसातच त्याचा उत्साह नाहीसा होतो बघा कसे ते.

बायको माहेरी जाते तेव्हा...

आज त्याच्या आनंदाला नव्हता पारावार.
माहेरी जाणार होती बायको दिवसांनी फार.

पहाटेच उठून त्याने फक्कड चहा ही केला तिच्यासाठी.
उठवले प्रेमाने आणि कप ही धरला तिच्या ओठांपाशी.

तू जा,मुलांचे ही मीच आवरेन म्हणाला.
ती ही आवरून निघाली तसा हा जरा सुस्तावला.

बस चा हॉर्न वाजला तशी त्याला जाग आली.
अरे बापरे...त्याला कळले मुलांची बस चुकली.

सौ. मानसी संतोष वैद्य

एक दिन चलता हैं म्हणत त्याने चहा घेतला.
आणि मुलांना उठवायला बेडरूम कडे वळला.

चला मुलांनो उठा ,मजा करू आज शाळेला बुट्टी.
बाबा!!आज टेस्ट होती ,आई करेल खरडपट्टी.

तोही थोडा वरमला, बाईंना सांगेन असे ही म्हणाला.
तुम्ही ब्रश करा ,तुम्हाला नाष्टा देतो म्हणाला.

बाबा पेस्ट नाही सापडत देतोस का जरा.
अरे मोठे झालात आता तुमची कामे तुम्ही करा...

तिने कसे सगळे नीट नेटके ठेवलेले होते.
पण याने कधी त्याकडे लक्षच दिलेले नव्हते.

किचन मध्ये तर त्याची तारांबळ च उडाली.
मुलांनाही मग बाबाची गम्मतच वाटली.

आई खूप छान म्यानेज करते बाबा,तुला नाही जमत.
त्याला ही ते पटले होते कळत नकळत.

चहा साखरेचे डब्बे.मुलांचे कपडे,त्यांचा अभ्यास.
झाडांना पाणी,धोबी, वाणी, सगळे कसे विनासायास.

घरात बाईचा हात फिरतो तिथे लक्ष्मी वसते म्हणतात.
सुख दुःखाची गोळा बेरीज ही त्या तितक्याच ताकदीने करतात.

मधुगंध (काव्य संग्रह)

संध्याकाळी बाहेर जाऊ जेवायला म्हणत त्याने आम्लेट ब्रेड वर भागवले.
पण मनात त्याला वाटत होते की आपण तिला माहेरी का पाठवले.....माहेरी
का पाठवले.

त्या रात्री पाऊस होता

तू सोडून गेलीस,
त्या रात्री खूप पाऊस होता.
जणू तो हंबरडा फोडत होता.
माझी व्यथा तो मांडत होता.
तान्ह्या बाळाची ही,
तमा तू बाळगली नाहीस.
त्याचे रडणे ऐकूनही,
तू मागे फिरली नाहीस.
आभाळ फाटावे तसे,
हृदय माझे फाटले होते.
पाऊस कोसळत होता,
तसे ते ही आक्रंदत होते.
बाळाला माझ्या घेतले कुशीत मी.
तसा जोर पावसाचा ही झाला जरा कमी.
आता त्याची आई आणि बाबा मीच होतो.
या घटनेचे साक्षीदार मी, बाळ आणि पाऊस होतो.

सौ.मानसी संतोष वैद्य

आला पाऊस

ढगांच्या रवी ने घुसळले आकाश.
आला हिंदकळत पाऊस...

डोंगरावर पसरे धुक्याचे साम्राज्य.
मनावर माझ्या पावसाचे राज्य.

भेगाळलेले ढेकुळ होई मऊशार .
डोळयातून वाहे आसवांची धार.

येते माहेरची आठवण, जेव्हा येतो हा पाऊस.
जा रे चातक मैतरा ,सांगावा धाड रे आईस.

साऱ्या धरेची तृष्णा भागवतोस तू पावसा.
यंदा पाव रे बळीराजाच्यांही नवसा.

काळया मातीत फुलू दे हिरव्या स्वप्नांचे रान.
माझी वसुंधरा भासू दे सौंदर्याची खाण.

थेंब थेंब टपोरा हा जणू शुभ्र मोत्यांची उधळण.
ओविल्या लडी वर लडी ,झाडांवर त्याचेच आवरण.

ऊन पावसाच्या या खेळात मन झाले हे बेभान.
निसर्ग राजाच्या हृदयातून वाजे अद्भुत ही तान.

मधुगंध (काव्य संग्रह)

पाऊस आठवांचा (शिरोमणी काव्य.)

पाऊस
बरासती धारा.
संगे सोसाट्याचा वारा.
हिरवा साज ल्याली वसुंधरा..

पाऊस
मातीचा सुगंध
मनात परिमळे गंध
आठवण सख्याची अनोखा अनुबंध.

पाऊस
तुझ्यासवे प्रीतीचा
सहज सुंदर आठवांचा
शाश्वत अशा आपल्या प्रेमाचा.

सौ.मानसी संतोष वैद्य

सागरी किनारा

माझ्या मनातले ,
कसे काय तुला कळते?
मनात विचारांच्या लाटा,
उठल्या की तुला भरती येते...
मला नेहमीच आवडते,
तुझ्याशी बोलायला.
तुझ्या गाजेत माझे गूज,
अलगद मिसळून जायला..
फक्त तुझ्या किनाऱ्यावर,
बसून तुला डोळे भरून ,
पाहिले की मन मोकळे होते.
सूर्य परतीच्या वाटेवर,
निघाला की मी ही,
मागे फिरते....
पुन्हा नव्याने तुझ्याशी,
हितगुज करायला..
पुन्हा नव्याने तुझ्याशी,
हितगुज करायला...

www.ingramcontent.com/pod-product-compliance
Lightning Source LLC
LaVergne TN
LVHW090002230825
819400LV00031B/502
* 9 7 8 9 3 9 0 8 7 1 2 0 9 *